പുസ്തകം 23

ഡോ. പല്പു

navakeralashilpikal
dr. palpu
•
rajesh chirappadu
rajesh k erumeli
•
first edition
february 2018
•
typesetting & published
chintha publishers, thiruvananthapuram
•
cover
midas

വിതരണം
ദേശാഭിമാനി ബുക്ക് ഹൗസ്
H O തിരുവനന്തപുരം-695 035
phone: 0471-2303026, 6063026
www.chinthapublishers.com
chinthapublishers@gmail.com

ബ്രാഞ്ചുകൾ

ഹെഡ്ഡാഫീസ് ബ്രാഞ്ച് കുന്നുകുഴി • സ്റ്റാച്യു തിരുവനന്തപുരം • കെ എസ് ആർ ടി സി ബസ് സ്റ്റേഷൻ ആലപ്പുഴ • കെ എസ് ആർ ടി സി ബസ് സ്റ്റേഷൻ എറണാകുളം • മച്ചിങ്ങൽ ലെയ്ൻ തൃശൂർ • ഐ ജി റോഡ് കോഴിക്കോട് • മാവൂർ റോഡ് കോഴിക്കോട് • എൻ ജി ഒ യൂണിയൻ ബിൽഡിങ് കണ്ണൂർ • സെൻട്രൽ ബസ് ടെർമിനൽ കോംപ്ലക്സ് താവക്കര കണ്ണൂർ

CO - NS. 23 / 2825 / 4559
ISBN - 978-93-86637-94-9

ഡോ. പല്പു

രാജേഷ് കെ എരുമേലി
രാജേഷ് ചിറപ്പാട്

ചിന്ത പബ്ലിഷേഴ്സ്
തിരുവനന്തപുരം-695 035

രാജേഷ് കെ എരുമേലി

പത്രപ്രവർത്തകനും എഴുത്തുകാരനും. കോട്ടയം ജില്ലയിലെ എരുമേലിയിൽ ജനനം. അച്ഛൻ: ജോൺ കെ എരുമേലി. അമ്മ: അമ്മിണിക്കുട്ടി. ഗാന്ധിയൻ ചിന്തയിലും വികസനത്തിലും എം എ ബിരുദവും ജേണലിസത്തിൽ പി ജി ഡിപ്ലോമയും നേടി. മലയാളത്തിലെ വിവിധ ആനുകാലികങ്ങളിൽ ലേഖനങ്ങളും ഫീച്ചറുകളും എഴുതുന്നു. 2012 ൽ മലപ്പുറത്ത് നടന്ന സംസ്ഥാന സ്കൂൾ കലോത്സവത്തിൽ മികച്ച റിപ്പോർട്ടിങ്ങിനുള്ള പുരസ്കാരം നേടി. *മാധ്യമം, ജനയുഗം, നവമലയാളി ഓൺ ലൈൻ മാഗസിൻ* എന്നിവിടങ്ങളിൽ ജോലി ചെയ്തു. ഇപ്പോൾ കിസലയ പബ്ലിഷേഴ്സ്, *ലെഫ്റ്റ് വേർഡ്* മാഗസിൻ എഡിറ്റർ.

കൃതികൾ: *പത്രവും പത്രപ്രവർത്തനവും, ജ്യോതി റാവു ഫൂലെ* (ജീവചരിത്രം), സൗന്ദര്യശാസ്ത്രം ചരിത്രവും വികാസവും, ഇന്ത്യൻ നവോത്ഥാന നായകർ (രാജേഷ് ചിറപ്പാടിനൊപ്പം), *സ്വത്വം വർഗ്ഗം മൃദുഹിന്ദുത്വം, യേശു വിമോചകനും രക്തസാക്ഷിയും, മഹാനടൻ, മാറുന്നകാലം മാറുന്ന കവിത* (എഡിറ്റർ: രാജേഷ് ചിറപ്പാടിനൊപ്പം), *മലയാളത്തിലെ മതേതര കവിതകൾ* (എഡിറ്റർ: സന്തോഷ് ഒ കെയ്ക്കൊപ്പം), *യുക്തിവാദം, ചോദ്യോത്തരങ്ങൾ* (എഡിറ്റർ: രാജഗോപാൽ വാകത്താനത്തിനൊപ്പം), *ജാതിക്കുമ്മി: പാഠവും പഠനവും* (സഹ എഡിറ്റർ) കേരള ഭാഷാ ഇൻസ്റ്റിറ്റ്യൂട്ട് ഭരണ സമിതിയംഗം.

ജീവിതപങ്കാളി	:	സ്നേഹലത
മകൻ	:	തരുൺ
വിലാസം	:	കാവുംപാടം വീട്, കനകപ്പലം തപാൽ എരുമേലി, കോട്ടയം - 686509.
ഫോൺ	:	9947881258
email	:	rajeshkerumeli@gmail.com

രാജേഷ് ചിറപ്പാട്

നിരൂപകനും എഴുത്തുകാരനും. കണ്ണൂർ ജില്ലയിലെ ഇരിട്ടിയിൽ ജനനം. അമ്മ: പരേതയായ മേരി സി പി. അച്ഛൻ: ചാക്കോ. കേരള ഭാഷാ ഇൻസ്റ്റിറ്റ്യൂട്ടിന്റെ യുവപരിഭാഷകർക്ക് നല്കുന്ന എം പി കുമാരൻ അവാർഡ് ലഭിച്ചിട്ടുണ്ട്. ആനുകാലികങ്ങളിൽ നിരൂപണങ്ങൾ, ലേഖനങ്ങൾ എഴുതുന്നു. പ്രസിദ്ധീകരിച്ച കൃതികൾ: *മാംസനിബദ്ധം* (കവിതകൾ), *കുമാരനാശാൻ കവിതയും ജീവിതവും, അയ്യൻകാളി ജീവിതവും പോരാട്ടവും. കുട്ടികളുടെ നെൽസൺ മണ്ടേല, അംബേദ്കർ: ജീവിതം കൃതി ദർശനം, സൗന്ദര്യശാസ്ത്രം ചരിത്രവും വികാസവും, ഇന്ത്യൻ നവോത്ഥാന നായകൻ* (രാജേഷ് കെ എരുമേലിക്കൊപ്പം), *ദളിത് വർത്തമാനം* (എഡിറ്റർ), *പുതുകാലം പുതുകവിതകൾ* (എഡിറ്റർ), *സ്വത്വം വർഗ്ഗം മൃദുഹിന്ദുത്വം, യേശു വിമോചകനും രക്തസാക്ഷിയും, മഹാനടൻ, മാറുന്നകാലം മാറുന്ന കവിത* (എഡിറ്റർ; രാജേഷ് കെ എരുമേലിക്കൊപ്പം), *കെ ഇ എൻ സംഭാഷണങ്ങൾ* (സമാഹരണം പി എസ് പൂഴനാടിനൊപ്പം), *എം എഫ് ഹുസൈൻ എന്ന ഇതിഹാസം* (സമാഹരണം പി പി സത്യനോടൊപ്പം), *മതമൗലികവാദവും ഇന്ത്യൻ മതേതരത്വവും* (പരിഭാഷ).

ഇപ്പോൾ ചിന്ത പബ്ലിഷേഴ്സിൽ സബ് എഡിറ്റർ. കേരള ഭാഷാ ഇൻസ്റ്റിറ്റ്യൂട്ട് ഭരണസമിതിയംഗം.

ജീവിതപങ്കാളി	:	വിജില ചിറപ്പാട്
വിലാസം	:	എഡിറ്റോറിയൽ വിഭാഗം, ചിന്ത പബ്ലിഷേഴ്സ് എ കെ ജി സെന്ററിനു സമീപം തിരുവനന്തപുരം - 695 035
ഫോൺ	:	8113904202
email	:	rajeshchirappadu@gmail.com

ഉള്ളടക്കം

നവോത്ഥാനത്തിന്റെ ധൈഷണിക പ്രകാശം	9
ആമുഖം	11
പല്പുവിന്റെ ബാല്യകാലം	15
വിദ്യാഭ്യാസ കാലം	18
അയിത്തം മെഡിക്കൽ സ്കൂൾ പ്രവേശനത്തിലും	23
പല്പു ഡോക്ടർ പല്പുവാകുന്നു	28
യൂറോപ്യൻ യാത്ര	33
മൈസൂറിലെ ഔദ്യോഗിക ജീവിതം	37
പല്പു ബറോഡയിൽ	41
സാമൂഹിക പ്രവർത്തനങ്ങൾ	44
ഗ്രന്ഥകാരനും ലേഖകനും	50
ശ്രീനാരായണഗുരുവും ഡോ. പല്പുവും	55
കുമാരനാശാനും പല്പുവും	59
എസ് എൻ ഡി പി യോഗവും പല്പുവും	63
സംരംഭകൻ	72
പല്പുവിന്റെ വിദ്യാഭ്യാസ സങ്കല്പം	76
കുടുംബജീവിതം	79

അനുബന്ധങ്ങൾ

ഈഴവമെമ്മോറിയൽ	84
ഏകമനസ്സോടെ യത്നിക്കുവിൻ	87
ഈഴവർ കേരളത്തിൽ	90
ബ്രിട്ടീഷ് പാർലമെന്റിൽ ഈഴവരുടെ പ്രശ്നം	96
അവനവനെ സഹായിക്കുക	98
ബാല്യകാല സ്മരണകൾ	102
പല്പുവിന്റെ ദർശനം സഹോദരൻ അയ്യപ്പൻ	105
പ്രത്യുദ്ഗമ ഗാനം മുലൂർ എസ് പത്മനാഭ പണിക്കർ	107
ഗ്രന്ഥസൂചി	110

ഡോ. പല്പു
(1863 - 1950)

പ്രസാധകക്കുറിപ്പ്

ഇന്നത്തെ കേരളം ഒരു സുപ്രഭാതത്തിൽ ഉണ്ടായതല്ല. സഹസ്രാബ്ദങ്ങളുടെ ചരിത്രമുണ്ട് അതിന്. ഇരുപതാം നൂറ്റാണ്ടിന്റെ പകുതിവരെ ജന്മിനാടുവാഴിത്തത്തിന്റെ അധീശത്വവും അധികാരവുമാണ് കേരളത്തിലുണ്ടായിരുന്നത്. വ്യവസായവല്ക്കരണവും യുക്തിചിന്തയും കേരളീയ ജീവിതത്തിൽ വിവിധകാലങ്ങളിൽ ഗണനീയമായ പരിവർത്തനമുണ്ടാക്കിയിട്ടുണ്ട്. വിദേശീയരുമായുള്ള കേരളീയരുടെ സമ്പർക്കം ആരംഭിച്ചത് ആയിരക്കണക്കിന് വർഷങ്ങൾക്കുമുമ്പാണ്. കേരളത്തിന്റെ സുഗന്ധദ്രവ്യങ്ങൾക്കുവേണ്ടിയുള്ള മത്സരം യൂറോപ്യന്മാരുടെ ഭൂപരമായ കണ്ടെത്തലുകൾക്ക് കാരണമായിരുന്നു. ബി സി 3000 മുതൽ സുഗന്ധദ്രവ്യങ്ങൾക്കുവേണ്ടിയുള്ള ഈ പര്യവേക്ഷണങ്ങൾ ആരംഭിച്ചിരിക്കണം. സഹ്യപർവ്വതത്തിന്റെ പടിഞ്ഞാറുഭാഗത്തായി മലനിരകളും ഇടനാടും സമതലവും ചേർന്ന ഈ പ്രദേശം എക്കാലത്തും വ്യത്യസ്തമായ ഒരു പ്രദേശമായിരുന്നു. നാനാജാതിമതങ്ങൾക്ക് താവളവും അഭയവുമായിരുന്നു കേരളം.

ആധുനിക കേരളത്തിന്റെ ഭാവരൂപങ്ങൾ രൂപപ്പെടുത്തിയ അനേകം മഹാവ്യക്തിത്വങ്ങളുണ്ട്. അവർ ജീവിച്ച കാലഘട്ടവുമായി സംഘർഷത്തിലേർപ്പെട്ട് ഉയർന്നുവന്നവരാണവർ. അവരിൽ ഭരണാധികാരികളുണ്ട്, കലാകാരന്മാരുണ്ട്, സാഹിത്യകാരന്മാരുണ്ട്, ദാർശനികരും രാഷ്ട്രമീമാംസക്കാരുമുണ്ട്.

ഒരു കാര്യം സുവ്യക്തമാണ്. ഇന്ത്യാ രാജ്യത്തിന്റെ ഏറ്റവും തെക്കെ അറ്റത്തുള്ള ഈ ഭൂപ്രദേശം നീതിമാന്മാരെ വരിക്കാൻ എല്ലായ്പ്പോഴും സന്നദ്ധമായിട്ടുണ്ട്. മഹാബലിയെ സ്വന്തം രാജാവായി വരിക്കാൻ മലയാളദേശം സന്നദ്ധമായെന്ന കഥ തീർച്ചയായും നീതിമാന്മാരെ അംഗീ

കരിക്കുന്ന ഒരു ജനസംസ്കാരത്തിൽ നിന്നുള്ള ഉപലബ്ധിയാണ്. നീതിക്കുവേണ്ടിയുള്ള ഈ ദാഹത്തിൽ നിന്നാണ് കേരളം വിദേശവാഴ്ചയ്ക്കെതിരെ ആയുധമെടുത്തത്, പിന്നീട് സ്വന്തം മനസ്സുകളുടെ ഇരുൾക്കയങ്ങളിലേക്ക് നൂതനചിന്തയുടെയും, സമരത്തിന്റെയും പ്രകാശരശ്മികൾ ഏറ്റുവാങ്ങിയത്. നവോത്ഥാനത്തിലേക്ക് കേരളം നയിക്കപ്പെട്ടത് ഇങ്ങനെയാണ്.

ഇരുപതാം നൂറ്റാണ്ടിലെ കേരളം തിളച്ചുമറിയുന്ന ഒരു പാത്രം പോലെയായിരുന്നു. രാഷ്ട്രീയമുന്നേറ്റങ്ങളും പോരാട്ടങ്ങളും കേരളീയ ജീവിതത്തിന്റെ സ്വാഭാവികമായ അവസ്ഥയായി മാറി. പഴമയുടെ കാവൽക്കാരായ നാടുവാഴി-ഭൂപ്രഭുവർഗ്ഗത്തിനെതിരെ മാനസികവും ഭൗതികവുമായ പോരാട്ടങ്ങളുണ്ടായി. ഇത് കേരളീയരുടെ ഭൗതിക ജീവിതത്തെ മാത്രമല്ല, മാനസിക ജീവിതത്തെയും മാറ്റിമറിച്ചു. കവിതയിലും (സാമാന്യമായി സാഹിത്യത്തിലും) ചിന്തയിലും രാഷ്ട്രീയ പ്രവർത്തനത്തിലുമെല്ലാം ഈ മാറ്റം പ്രകടമായിരുന്നു.

ഈ പരിവർത്തനങ്ങൾക്ക് രൂപം നല്കിയവരെയാണ് 'നവകേരള ശില്പികൾ' എന്ന പരമ്പരയിലൂടെ ചിന്ത പരിചയപ്പെടുത്തുന്നത്. നമ്മുടെ അറിവും ഉറവും നിർണ്ണയിക്കുന്നതിൽ നവകേരളശില്പികൾ വലിയ പങ്കു വഹിച്ചു. അവരുടെ ചരിത്രം അറിയുന്നത് കേരളീയ ജീവിതം മുന്നോട്ടു കൊണ്ടുപോവുന്നതിനുള്ള ഒരു മുന്നുപാധിയാണ്. നവകേരളശില്പികൾ എന്ന പരമ്പരയിലെ ഓരോ പുസ്തകവും ഈ ദൗത്യം നിർവ്വഹിക്കുന്നുണ്ട്.

കേരള നവോത്ഥാനത്തിലെ പ്രധാനപ്പെട്ട ഒരു വ്യക്തിത്വമായിരുന്നു ഡോ. പല്പു. അദ്ദേഹത്തിന്റെ ജീവിതവും പ്രവർത്തനങ്ങളുമാണ് ഈ പുസ്തകത്തിൽ.

ശ്രീ. പ്രദീപ് പനങ്ങാടാണ് ഈ പരമ്പരയുടെ എഡിറ്റർ. അദ്ദേഹത്തിനും പരമ്പരയിലേക്ക് പുസ്തകങ്ങൾ തയ്യാറാക്കുന്ന എഴുത്തുകാർക്കും ചിന്ത പബ്ലിഷേഴ്സ് കൃതജ്ഞത അറിയിക്കുന്നു.

ചിന്ത പബ്ലിഷേഴ്സ്

നവോത്ഥാനത്തിന്റെ ധൈഷണിക പ്രകാശം

കേരളീയ നവോത്ഥാനത്തിന് ആധുനിക ദിശാ ബോധം നല്കിയത് ഡോ. പല്പുവാണ്. ആശയരൂപീകരണത്തിലൂടെയും സംഘടനാ പ്രവർത്തനങ്ങളിലൂടെയും നവോത്ഥാന പരിശ്രമങ്ങൾക്ക് ഊർജ്ജം പകരാൻ പല്പുവിന് കഴിഞ്ഞു. ഒരു ആധുനിക സമൂഹം എങ്ങനെ രൂപപ്പെടുത്തണമെന്നും, അതിന്റെ അടിത്തറ എങ്ങനെ കെട്ടിപ്പടുക്കണമെന്നുമുള്ള സവിശേഷ സങ്കല്പങ്ങൾ അദ്ദേഹത്തിന് ഉണ്ടായിരുന്നു. വിദ്യാഭ്യാസത്തിലൂടെയും വായനയിലൂടെയും ലോക പരിചയത്തിലൂടെയും നേടിയ അറിവുകളിൽനിന്നാണ് നവോത്ഥാനത്തെക്കുറിച്ചുള്ള ആധുനിക ആശയങ്ങൾ പല്പു വിഭാവനം ചെയ്തത്.

ഡോ. പല്പുവിന്റെ ജീവിതത്തെയും പ്രവർത്തനങ്ങളെയും കുറിച്ച് നിരവധി ജീവചരിത്ര രചനകൾ പുറത്തുവന്നിട്ടുണ്ട്. 'നവകേരള ശില്പികൾ' എന്ന ജീവചരിത്രപരമ്പരയിലൂടെ രാജേഷ് ചിറപ്പാടും രാജേഷ് കെ എരുമേലിയും ചേർന്നെഴുതിയ *ഡോ. പല്പു* എന്ന ഗ്രന്ഥം അവതരിപ്പിക്കുകയാണ്. മറ്റ് ജീവചരിത്ര ഗ്രന്ഥങ്ങളിൽ നിന്നും വ്യത്യസ്തമായി കൃത്യമായ ഒരു സാമൂഹിക രാഷ്ട്രീയ വീക്ഷണത്തിലൂടെ ഡോ.പല്പുവിന്റെ ജീവിതത്തെ അടയാളപ്പെടുത്താനാണ് ഇവർ ശ്രമിക്കുന്നത്. ഒരു സമുദായ പ്രവർത്തകൻ എന്നതിലുവരി കീഴാളജനതയ്ക്ക് വേണ്ടി, അവരുടെ ആത്മാഭിമാനവും സാമൂഹിക സ്വാതന്ത്ര്യവും സംരക്ഷിക്കാനായി പ്രവർത്തിച്ച നവോത്ഥാന നായകൻ എന്ന നിലയിലാണ് ഡോ. പല്പുവിനെ ഈ ഗ്രന്ഥത്തിൽ വിലയിരുത്തുന്നത്. ഈ രചന അവസാനിക്കുന്നത് ഇങ്ങനെയാണ്. "ജാതിയുടെ നുകത്തിന് കീഴിൽ നൂറ്റാണ്ടുകളോളം കഴിയേണ്ടിവന്ന കേരളത്തിലെ കീഴാള ജനതയ്ക്ക് ആത്മാഭിമാനവും പോരാട്ടവീര്യവും നല്കിയ നേതാവായിരുന്നു ഡോ. പല്പു. പുരോഗമന ജനാധിപത്യ കേരളത്തിന്റെ വളർച്ചയിൽ മറ്റ് നവോ

ത്ഥാന നായകന്മാരെ പോലെ ഡോ. പല്പുവും മുഖ്യപങ്കുവഹിച്ചു." ഇങ്ങനെ ജനാധിപത്യ കേരളത്തിന്റെ ചരിത്രത്തിൽ നിന്നുകൊണ്ട് വിശാല അർത്ഥത്തിൽ ഡോ. പല്പുവിനെ വിലയിരുത്താനാണ് ഗ്രന്ഥ കാരന്മാർ ശ്രമിക്കുന്നത്.

പാർശ്വവല്ക്കരിക്കപ്പെടുന്ന ഒരു ജനതയോട്, സാമൂഹിക ജീവിത ത്തിന്റെ തുടക്കം മുതൽ തന്നെ ഡോ. പല്പു ആഭിമുഖ്യം പുലർത്തിയി രുന്നു. ഒരു ഡോക്ടറായി സേവനം അനുഷ്ഠിക്കുമ്പോഴും ദുരിത ബാധി തരോട് കൂടുതൽ അടുത്തു നില്ക്കാനാണ് അദ്ദേഹം ശ്രമിച്ചത്. മഹാ രോഗങ്ങൾ സമൂഹത്തിൽ പടർന്നുകയറുമ്പോൾ ചികിത്സ കൊണ്ടും പുന രധിവാസം കൊണ്ടും സാമ്പത്തികമായി സഹായിച്ചും അവരെ സംര ക്ഷിക്കുകയാണ് ചെയ്തത്. ബാംഗ്ലൂരിൽ പ്ലേഗ് പടർന്നപ്പോൾ ഉന്നതമായ മനുഷ്യസ്നേഹത്തിന്റെ സാന്ത്വനം കൊണ്ടാണ് അവരെ സംരക്ഷിച്ചത്. ഇത്തരം ജീവിതാനുഭവങ്ങളാണ് അധഃസ്ഥിത ജീവിതത്തിന്റെ സാമൂഹ്യ പുരോഗതിക്കായി പ്രവർത്തിക്കാൻ ഡോ. പല്പുവിനെ പ്രേരിപ്പിച്ചത്. ജീവി താവസാനംവരെ അദ്ദേഹം ഇത്തരം ആഭിമുഖ്യം സൂക്ഷിക്കുകയും ചെയ്തു.

ശ്രീനാരായണ ഗുരു മുന്നോട്ട് വെച്ച സാമൂഹിക നവോത്ഥാന ആശ യങ്ങൾക്ക് പ്രായോഗിക രൂപംനല്കിയവരിൽ പ്രധാനി ഡോ. പല്പു വാണ്. ഗുരുവുമായി നടത്തിയ ആശയസംവാദങ്ങളും ചർച്ചകളും പുതിയ ദിശകളിലേക്ക് നയിച്ചു. വിദ്യാഭ്യാസത്തിലൂടെയും കച്ചവടത്തിലൂടെയും കൃഷിയിലൂടെയും ഒരു ജനതയെ എങ്ങനെ വിമോചിപ്പിക്കാം എന്നതിന് ഒരു കർമ്മ രേഖ രൂപപ്പെടുത്തിയത് ഡോ. പല്പുവാണ്. എസ് എൻ ഡി പി യോഗം എന്ന മഹാപ്രസ്ഥാനത്തിന്റെ പ്രകാശമായി മാറാൻ അദ്ദേഹ ത്തിന് കഴിഞ്ഞു. ആത്മാഭിമാനവും സ്വാതന്ത്ര്യവും സാമ്പത്തിക ഭദ്രത യുമുള്ള ഒരു സമൂഹത്തെയാണ് ഡോ. പല്പു സ്വപ്നം കണ്ടത്.

ഈ വർത്തമാനകാലത്തും ഡോ. പല്പുവിന്റെ ആശയങ്ങൾക്കും പ്രവർത്തനങ്ങൾക്കും വലിയ പ്രസക്തിയുണ്ട്. കീഴാള ജനതയുടെ വ്യത്യസ്ത തലങ്ങളിലൂടെയുള്ള വലിയ മുന്നേറ്റങ്ങളാണ് ഇപ്പോൾ നട ക്കുന്നത്. ഭാഷയും സംസ്കാരവും സ്വാതന്ത്ര്യവും തിരിച്ചു പിടിക്കാനുള്ള സമരങ്ങൾക്ക് ഊർജ്ജം പകരാൻ ഡോ. പല്പുവിന്റെ ജീവിതം പ്രചോ ദനമാണ്. രാജേഷ് ചിറപ്പാടും രാജേഷ് എരുമേലിയും ചേർന്ന് രചിച്ച ഈ പുസ്തകം അത്തരമൊരു ദിശയിലേക്കുള്ള വിരൽ ചൂണ്ടലാണ്. അതുകൊണ്ടുതന്നെ മറ്റ് ജീവചരിത്രരചനകളിൽനിന്ന് ഈ കൃതി വ്യത്യ സ്തമാകുന്നു.

ഡോ. പല്പുവിനെക്കുറിച്ചുള്ള ഈ ജീവചരിത്രരചന നവകേരളശി ല്പികൾ എന്ന പരമ്പരയിലൂടെ പുറത്തിറക്കുന്നതിൽ സന്തോഷമുണ്ട്. പുതിയ പതാകവാഹകർക്കായി ഈ പുസ്തകം സമർപ്പിക്കുന്നു.

പ്രദീപ് പനങ്ങാട്
എഡിറ്റർ
നവകേരളശില്പികൾ
ജീവചരിത്ര പരമ്പര.

ആമുഖം

കേരളത്തിന്റെ നവോത്ഥാന ചരിത്രത്തിൽ ഡോ. പല്പുവിന്റെ സ്ഥാനം അവഗണിക്കാനാവില്ല. ശ്രീനാരായണഗുരു, കുമാരനാശാൻ, സഹോദരൻ അയ്യപ്പൻ തുടങ്ങിയ നവോത്ഥാന നായകരോടൊപ്പം സാമൂഹിക പരിഷ്കരണരംഗത്ത് അദ്ദേഹം നടത്തിയ പ്രവർത്തനങ്ങൾ ആധുനിക കേരളത്തിന്റെ രൂപീകരണത്തിന് വഴിതെളിച്ചു. ജാതിമേധാവിത്വത്തിന്റെ ഇരകളാക്കപ്പെട്ട ഒരു സമൂഹത്തെ വിജ്ഞാനത്തിലൂടെയും പ്രായോഗിക പ്രവർത്തനത്തിലൂടെയും ഉയർത്തിക്കൊണ്ടു വരാൻ ജീവിതം ഉഴിഞ്ഞുവെച്ച മഹാനായ സാമൂഹിക വിപ്ലവകാരിയായിരുന്നു ഡോ. പല്പു. അനശ്വരനായ ഇന്ത്യൻ വിപ്ലവകാരിയെന്ന് സരോജിനി നായിഡു അദ്ദേഹത്തെ വിശേഷിപ്പിക്കുകയുണ്ടായി.

വൈദ്യരംഗത്തുള്ള അദ്ദേഹത്തിന്റെ പ്രവർത്തനങ്ങൾ കേരളത്തിന്റെ ആരോഗ്യമേഖലയിൽ പ്രവർത്തിക്കുന്നവർക്ക് ഇന്നും ഒരു മാതൃകയാണ്. മനുഷ്യസ്നേഹത്തിന്റെയും ജീവകാരുണ്യത്തിന്റെയും പാഠങ്ങൾ നമ്മെ പഠിപ്പിച്ചത് ഡോ. പല്പുവായിരുന്നു. ശ്രീനാരായണഗുരു, കുമാരനാശാൻ തുടങ്ങിയവർ ആശയരംഗത്ത് വ്യാപരിച്ചപ്പോൾ പ്രായോഗികവും സംഘടനാപരവുമായ കാര്യങ്ങളിൽ പല്പു ശ്രദ്ധ കേന്ദ്രീകരിച്ചു. ഈ രണ്ടു പ്രവർത്തനങ്ങളും ഒന്നിച്ചപ്പോഴാണ് കേരളത്തിന്റെ നവോത്ഥാനത്തിന് പുതിയൊരു ഉണർവ്വ് ഉണ്ടായത്.

ആധുനിക ജനാധിപത്യകേരളത്തിന്റെ സ്രഷ്ടാക്കളിൽ ഒരാളായ ഇ എം എസ് കേരള ചരിത്രത്തിൽ ഡോ. പല്പുവിന്റെ പ്രാധാന്യം മനസ്സിലാക്കിയതിനെക്കുറിച്ച് എഴുതുന്നു:

> 1946 സെപ്തംബറിൽ ഏതാനും ദിവസം നന്തൻകോട്ടുള്ള കുളത്തിങ്കൽ പോത്തന്റെ വസതിയിൽ ഞാൻ താമസിക്കുകയുണ്ടായി.

> അന്ന് വീട്ടിൽനിന്ന് പാർട്ടി ആഫീസിലേക്ക് പോകുന്ന വഴി, റോഡി നടുത്തുള്ള വീട് ചൂണ്ടിക്കാണിച്ച് അത് ഡോക്ടർ പല്പുവിന്റെ വീടാണ് എന്ന് പോത്തൻ എന്നോട് പറയുകയുണ്ടായി.
>
> അന്ന് എനിക്ക് പല്പുവിനെക്കുറിച്ച് അധികമൊന്നും അറിയുമായിരുന്നില്ല. എസ് എൻ ഡി പി യോഗത്തിന്റെ സ്ഥാപക നേതാക്കളിൽ ഒരാളായിരുന്നു എന്നും മൈസൂർ സ്റ്റേറ്റിലെ ഗവൺമെന്റ് സർവ്വീസിൽനിന്ന് പിരിഞ്ഞ് തിരുവനന്തപുരത്ത് താമസിക്കുകയാണെന്നും മാത്രമേ മനസ്സിലായിരുന്നുള്ളൂ.
>
> ഏതാനും മാസങ്ങൾക്ക് ശേഷമാണ് ഞാൻ അറസ്റ്റ് ചെയ്യപ്പെട്ട് വെല്ലൂർ ജയിലിൽ അടയ്ക്കപ്പെട്ടത്. അവിടെ വച്ച് *കേരളം മലയാളികളുടെ മാതൃഭൂമി* എന്ന ചരിത്ര കൃതി ഞാൻ രചിച്ചു. അതിനാവശ്യമായ ഗ്രന്ഥങ്ങൾ വായിക്കുന്നതിനിടയ്ക്കാണ് അവശ ജാതിക്കാരുടെ അവകാശങ്ങൾക്കുവേണ്ടി പോരാടാൻ സ്ഥാപിതമായ എസ് എൻ ഡി പി യോഗത്തിന്റെ സ്ഥാപനത്തിൽ ശ്രീനാരായണ ഗുരുവിനോടും കുമാരനാശാനോടും തുല്യമായ സ്ഥാനം പല്പുവിന് ഉണ്ടായിരുന്നു എന്ന് ഞാൻ മനസ്സിലാക്കിയത്. അത് വിശദീകരിക്കുന്നതിനുള്ള ചില പരാമർശങ്ങൾ എന്റെ ഗ്രന്ഥത്തിൽ ഉൾക്കൊള്ളിക്കുകയും ചെയ്തു. (പുസ്തകപരിചയം ഇ എം എസ്, *ഡോ. പല്പു,* സി കെ ഗംഗാധരൻ, സൈൻബുക്സ് തിരുവനന്തപുരം)

കേരളത്തിന്റെ ചരിത്ര സന്ദർഭങ്ങളിൽ ഡോ. പല്പുവിന്റെ പ്രവർത്തനങ്ങൾ അവഗണിക്കാൻ കഴിയില്ലെന്നാണ് ഇ എം എസിന്റെ ഈ കുറിപ്പ് വ്യക്തമാക്കുന്നത്. ശ്രീനാരായണഗുരു, കുമാരനാശാൻ എന്നിവരിൽനിന്ന് ഒട്ടും കുറയാത്ത പ്രാധാന്യം ഡോ. പല്പുവിനുണ്ട്.

ജാതിവ്യവസ്ഥയുടെ നുകത്തിനടിയിൽ കേരളം അമർന്നിരുന്നിരുന്ന കാലഘട്ടത്തിലാണ് അദ്ദേഹം തന്റെ കർമ്മപദ്ധതികളുമായി പൊതുരംഗത്തിറങ്ങുന്നത്. വ്യക്തിജീവിതത്തിൽ നിരവധി പ്രതിസന്ധികളെയും അവഗണനകളെയും അദ്ദേഹത്തിന് നേരിടേണ്ടിവന്നിട്ടുണ്ട്.

ചരിത്രത്തിൽ ഡോ. പല്പുവിന്റെ പ്രാധാന്യത്തെക്കുറിച്ച് സുകുമാർ അഴീക്കോട് എഴുതുന്നു:

> കാലത്തിന്റെ പ്രവേശന രജിസ്റ്ററിൽ ഡോ. പല്പു ശ്രീനാരായണ ഗുരുവിനേക്കാൾ അല്പം ഇളയവനും മഹാത്മാഗാന്ധിയേക്കാൾ അല്പം മൂത്തവനുമായി പ്രത്യക്ഷപ്പെടുന്നു. അദ്ദേഹം പിറന്ന കാലഘട്ടം എത്രമാത്രം ചൈതന്യഗർഭമായിരുന്നുവെന്ന് ഈയൊരു താരതമ്യത്തിൽ നിന്നുതന്നെ വെളിപ്പെടും. ഇന്ത്യയുടെ പാരതന്ത്ര്യത്തിന്റെ ഏറ്റവും കടുത്ത കൂരിരുട്ടുപരന്ന കാലഘട്ടമായിരുന്നു അത്. ഇന്ത്യയുടെ പാരതന്ത്ര്യം എന്ന ആശയം അഥവാ

വസ്തുത ഓരോ പ്രദേശത്തിനും ഓരോ സമൂഹത്തിനും ജാതി വിഭാഗത്തിനും ഒരേ മട്ടിലല്ല അനുഭവപ്പെട്ടിരുന്നത്. പലരും ധരിച്ചിരിക്കുന്നത് അത് ഏകതാനമാണെന്നാണ്. കശ്മീരിലെ ബ്രാഹ്മണനും കേരളത്തിലെ ഈഴവനും ബീഹാറിലെ ചാമരും പഞ്ചാബിലെ ശിഖനും ഒരേ പാരതന്ത്ര്യം, ഒരേ തീവ്രതയിൽ, അനുഭവിച്ചു എന്ന് കരുതുന്നത് തെറ്റാണ്. പാരതന്ത്ര്യത്തിന് ഇന്ത്യയിൽ വൈദേശികമായ ഒരു രാഷ്ട്രീയ സ്വഭാവം ഉള്ളതുപോലെതന്നെ ദേശീയവും ചരിത്രഗതവുമായ ഒരു സാമൂഹിക സ്വഭാവവും ഉണ്ടായിരുന്നു. വിദേശാധിപത്യത്തിന്റെ കെടുതി തൊട്ടുകാണിക്കാവുന്നത്ര പ്രകടമായിരുന്നു. എന്നാൽ സഹസ്രാബ്ദങ്ങളിലൂടെ സാധാരണ ജീവിതത്തിന്റെ ഭാഗമായി സുപരിചിതമായിത്തീർന്ന സാമൂഹികാസമത്വങ്ങൾ, ജനത, പഴയ തലവേദനപോലെ, സഹിച്ചുപോന്നു. രാഷ്ട്രീയ നേതാക്കളിൽ ഈ തലവേദന ഏറ്റവും കഠോരമായ രോഗമാണെന്ന് മനസ്സിലാക്കി പ്രവർത്തിച്ച വ്യക്തി.

ശ്രീനാരായണൻ കേരളത്തെ സംബന്ധിച്ചിടത്തോളം ഈ പഴക്കം പൂണ്ട രോഗത്തിന്റെ നിദാനങ്ങളെ അടിയോളം കണ്ട ഭിഷഗ്വരനായിരുന്നു. പക്ഷേ, ആ ഭിഷഗ്വരൻ ഒരുവേള മരുത്വാമലയിലെ ഗുഹയിൽനിന്ന് വെളിക്കുവരാതിരുന്നേനേ. ശ്രീനാരായണനെ കേരളത്തിന്റെ നവോദയഗിരിയിലെ നിത്യഭാസ്കരനായി അവരോധിച്ചത് ഡോ. പല്പുവാണ്. ക്രിസ്തുവിന്റെ സ്നാപകയോഹന്നാനല്ല ശ്രീനാരായണന് പല്പു. അതിനപ്പുറത്തുകിടക്കുന്ന അതിഗഹനമായ ബന്ധം അവർക്കുതമ്മിലുണ്ടായിരുന്നു. (അവതാരിക, ഡോ. സുകുമാർ അഴീക്കോട്, *ഡോ. പല്പു.* സി കെ ഗംഗാധരൻ, സൈൻ ബുക്സ് തിരുവനന്തപുരം)

സുകുമാർ അഴീക്കോട് ക്രിസ്തുവിന് സ്നാപക യോഹന്നാൻ പോലെയല്ല ശ്രീനാരായണഗുരുവിന് ഡോ. പല്പുവെന്ന് പറയുമ്പോൾ ഒരു വഴികാട്ടിയുടെ സ്ഥാനമല്ല ഡോ. പല്പുവിനെന്ന് സമർത്ഥിക്കുകയാണ് ചെയ്യുന്നത്. പി ഗോവിന്ദപ്പിള്ള സമാനമായ ഉദാഹരണത്തിലൂടെ ഡോ. പല്പുവിന്റെ സ്ഥാനം ഇങ്ങനെ അടയാളപ്പെടുത്തുന്നു:

കേരളത്തിന്റെ നവോത്ഥാനചരിത്രത്തിൽ അതുല്യമായ സ്ഥാനമാണ് ഡോ. പല്പുവിനുള്ളത്. കേരളനവോത്ഥാനത്തിന്റെ പിതാവായി ചരിത്രകാരന്മാർ വാഴ്ത്തുന്ന ശ്രീനാരായണഗുരുവിന്റെ വലംകൈയായി ശ്രീനാരായണ ധർമ്മ പരിപാലനയോഗത്തിന് രൂപംനല്കിയ ദീർഘദൃഷ്ടിയും കർമ്മധീരനുമായിരുന്നു ഡോ. പല്പു. ശ്രീരാമ കൃഷ്ണ പരമഹംസന് വിവേകാനന്ദ സ്വാമികൾ എന്നപോലെ കുറെക്കൂടി പുറകോട്ട് കണ്ണയച്ചാൽ യേശുക്രിസ്തുവിന് പത്രോസും മുഹമ്മദിന് അബൂബേക്കറും പോലെ എന്നും

താരതമ്യപ്പെടുത്താം.

പി ജിയുടെ ഈ നിരീക്ഷണത്തിൽനിന്ന്, പല്പു വഴികാട്ടിയല്ല മറിച്ച് നാരായണഗുരുവിന്റെ സമകാലികനും ശിഷ്യനുമായിരുന്നു എന്നാണ് മനസ്സിലാക്കേണ്ടത്.

ജാതിവ്യവസ്ഥയുടെ മനുഷ്യവിരുദ്ധപ്രയോഗങ്ങളെ ആശയപരമായും പ്രായോഗികമായും ഫലപ്രദമായി നേരിട്ട ദേശീയ നേതാക്കളിൽ പ്രഥമ സ്ഥാനമാണ് അംബേദ്ക്കർക്കുള്ളത്. വിജ്ഞാനത്തിന്റെ വിവിധമേഖലകളെ വ്യക്തിജീവിതത്തിൽ സ്വാംശീകരിച്ച് അധസ്ഥിത സമൂഹത്തിന് മാതൃകയാവാൻ അംബേദ്ക്കറെപ്പോലെ പല്പുവിനും കഴിഞ്ഞു.

നാളിതുവരെയുള്ള ചരിത്രപുസ്തകങ്ങളിൽ വേണ്ടവിധത്തിൽ അടയാളപ്പെടാതെ പോയ മഹത്തുക്കളുടെ ജീവിതത്തെ തിരിച്ചറിയുകയും അടയാളപ്പെടുത്തുകയും ചെയ്യുക എന്നതാണ് ഈ പുസ്തകത്തിന്റെ ലക്ഷ്യം. പുതിയ തലമുറയ്ക്ക് ഇവരുടെ ജീവിതപാഠങ്ങൾ വഴികാട്ടിയാകുമെന്നാണ് ഞങ്ങൾ പ്രതീക്ഷിക്കുന്നത്.

രാജേഷ് കെ എരുമേലി
രാജേഷ് ചിറപ്പാട്

പല്പുവിന്റെ ബാല്യകാലം

തിരുവനന്തപുരം ജില്ലയിലെ പേട്ടയിലെ നെടുങ്ങോട്ട് കുടുംബത്തിൽ 1863 നവംബർ 2 നാണ് പല്പു ജനിച്ചത്. നെടുങ്ങോട്ട് കുടുംബം തോപ്പിൽ വീട് എന്നും അറിയപ്പെട്ടിരുന്നു. തച്ചക്കുടിയൽ പപ്പുവെന്ന മാതിക്കുട്ടി ഭഗവതിയായിരുന്നു പിതാവ്. അമ്മയുടെ പേര് നെടുങ്ങോട്ട് പറമ്പിൽ പപ്പമ്മ എന്ന മാതപ്പെരുമാൾ എന്നായിരുന്നു. ഔദ്യോഗിക രേഖകളിൽ പല്പുവിന്റെ പേര് ഭഗവതി പത്മനാഭൻ എന്നാണ്. വീട്ടിൽ വിളിച്ചിരുന്നത് കുട്ടിയപ്പി എന്നായിരുന്നു.

പല്പുവിന്റെ പിതാവ് സമർത്ഥനും ബുദ്ധിമാനുമായ നാട്ടുകാര്യസ്ഥനായിരുന്നു. ഇംഗ്ലീഷിൽ അദ്ദേഹത്തിനുണ്ടായ പരിജ്ഞാനം പല്പുവിന് പഠനകാലത്ത് അനുഗ്രഹമായി. അക്കാലത്ത് ഈഴവ വിഭാഗത്തിന് സ്കൂൾ വിദ്യാഭ്യാസത്തിനുള്ള അവകാശം ഉണ്ടായിരുന്നില്ല. അതുകൊണ്ട് ചില ക്രിസ്ത്യൻ ഉപദേശിമാരെ വീട്ടിൽ വരുത്തിയാണ് പല്പുവിന്റെ പിതാവ് ഇംഗ്ലീഷ് പഠിച്ചത്. തിരുവിതാംകൂറിൽ തന്റെ സമുദായത്തിൽ നിന്ന് ആദ്യമായി ഇംഗ്ലീഷ് അഭ്യസിക്കുന്ന വ്യക്തിയായിരുന്നു അദ്ദേഹം.

1860 ൽ കോടതികളിൽ കേസ് നടത്താൻ യോഗ്യതയുള്ളവരെ തെരഞ്ഞെടുക്കാനായി ഗവൺമെന്റ് ഒരു പരീക്ഷ നടത്താൻ തീരുമാനിച്ചു. ഇതിൽ പങ്കെടുക്കാൻ തച്ചക്കുടി പപ്പുവും അപേക്ഷ അയച്ചു. ഈ വാർത്തയറിഞ്ഞ സവർണ്ണവിഭാഗം ഇതിനെ തടയാൻ തീരുമാനിച്ചു. തച്ചക്കുടി പപ്പു പരീക്ഷയെഴുതിയാൽ വിജയിക്കുമെന്ന് അവർക്ക് അറിയാമായിരുന്നു. കോടതി കാര്യങ്ങളിൽ അദ്ദേഹത്തിന് നല്ല പരിജ്ഞാനമുണ്ടായിരുന്നല്ലോ. അതുകൊണ്ട് ഈ അയിത്ത ജാതിക്കാരനെ പരീ

ക്ഷയ്ക്ക് ഇരുത്താൻ അനുവദിക്കരുതെന്ന് സവർണ്ണർ അധികൃതരോട് ആവശ്യപ്പെട്ടു. പരീക്ഷയിൽ ജയിച്ചാൽ തീണ്ടലുള്ളവർ ഹർജിക്കാരോടൊപ്പം കോടതിയിൽ കയറി ഇരിക്കുമെന്നത് കീഴാചാരങ്ങൾക്ക് വിപരീതമാണെന്ന ന്യായമാണ് അവർ പരാതിയായി എഴുതി നല്കിയത്.

അധികാരി വർഗ്ഗം എക്കാലത്തും ജാതിവ്യവസ്ഥയെ സംരക്ഷിക്കുന്ന നിലപാടാണ് സ്വീകരിച്ചതെന്ന് ചരിത്രം പരിശോധിച്ചാൽ കണ്ടെത്താനാവും. അതുതന്നെയാണ് ഇവിടെയും കാണാനാവുന്നത്. അക്കാലത്തെ ദിവാനായിരുന്ന സർ ടി മാധവറാവു പപ്പുവിനെ വിളിപ്പിച്ച് മത്സരപ്പരീക്ഷയിൽ പങ്കെടുക്കരുതെന്ന് കല്പിച്ചു. എന്നാൽ പരീക്ഷാഫീസ് തിരികെ നല്കിയതുമില്ല. പിതാവിന്റെ ഇതേ അനുഭവം പില്ക്കാലത്ത് മക്കൾക്കും ഉണ്ടാവുന്നുണ്ട്.

പരീക്ഷയെഴുതുവാനുള്ള പലശ്രമങ്ങളും തച്ചക്കുടി പപ്പു നടത്തിയെങ്കിലും ദിവാന്റെ കല്പന തന്നെയാണ് നടപ്പാക്കപ്പെട്ടത്. പരീക്ഷയെഴുതാൻ അദ്ദേഹത്തിന് കഴിഞ്ഞില്ല. ഈ ദുരനുഭവം പപ്പുവിന്റെ മനസ്സിനെ വല്ലാതെ തളർത്തി. പില്ക്കാലത്ത് മക്കളെ പഠിപ്പിച്ച് നല്ല നിലയിലെത്തിക്കുമെന്നുള്ള തീരുമാനത്തിലേക്ക് നയിക്കാൻ ഈ സംഭവം പ്രേരണയായി.

സമുദായത്തിൽ സാമ്പത്തികമായും സാമൂഹികമായും ഉയർന്ന നിലയുണ്ടായിട്ടും ജാതിയുടെ പേരിൽ താൻ മാറ്റിനിർത്തപ്പെടുകയാണെന്ന തിരിച്ചറിവ് ഉണ്ടാക്കാൻ ഇത്തരത്തിലുള്ള സംഭവങ്ങൾ കാരണമായി. പിന്നീട് ഉയർന്ന വിദ്യാഭ്യാസ യോഗ്യതയും പ്രൊഫഷണൽ ബിരുദവും ഉണ്ടായിട്ടുപോലും പല്പുവിന് തന്റെ യോഗ്യതയ്ക്കനുസരിച്ചുള്ള ജോലി കേരളത്തിൽ (തിരുവിതാംകൂറിൽ) ലഭിക്കാതെ പോയതും ഈ ജാതി മേല്ക്കോയ്മയുടെ സാമൂഹികാവസ്ഥ നിലനിന്നതുകൊണ്ടായിരുന്നു. പിതാവിന്റെ ഈ ദുരനുഭവത്തിന്റെ തുടർച്ചതന്നെയാണ് പല്പുവിന്റെ അനുഭവവും. ചരിത്രത്തിൽ വിപ്ലവകരമായ മാറ്റങ്ങൾ സംഭവിക്കുന്നില്ലെങ്കിൽ എത്ര തലമുറകൾ വന്നാലും അടിത്തട്ടുമനുഷ്യരുടെ അനുഭവങ്ങളിൽ മാറ്റമുണ്ടാവില്ല എന്നാണ് ഇതൊക്കെ തെളിയിക്കുന്നത്.

അപ്പോൾ ചരിത്രത്തെ മാറ്റുന്നതിൽ ബോധപൂർവ്വമായ ഇടപെടൽ ആവശ്യമായി വരും. തനിയെ മാറുന്നതല്ല സാമൂഹികാവസ്ഥ. ഇങ്ങനെ സമൂഹത്തെ ഗുണകരമായി മാറ്റിത്തീർക്കുന്നതിൽ ബോധപൂർവ്വമായ പങ്ക് വഹിക്കുകയാണ് ഡോ. പല്പു അടക്കമുള്ളവർ ചെയ്തത്.

പല്പുവിന്റെ മാതാവ് മാതപ്പെരുമാൾ സ്നേഹസമ്പന്നയായിരുന്നു. കേട്ടുപഠിച്ചിരുന്ന സാരോപദേശകഥകളും മുത്തശ്ശിക്കഥകളുമൊക്കെ അവർ മക്കളെ പറഞ്ഞുകേൾപ്പിക്കും. ഇക്കാലത്ത് ശ്രീനാരായണഗുരു സന്ന്യാസിയായി ജീവിക്കുന്ന കാലഘട്ടമായിരുന്നു. നാണുഭക്തൻ

എന്നാണ് അദ്ദേഹത്തെ ആളുകൾ വിളിച്ചിരുന്നത്. പല്പുവിന്റെ കുടുംബത്തിൽ ഇടയ്ക്കിടെ നാണുഭക്തൻ സന്ദർശിക്കും. അദ്ദേഹത്തിന്റെ രാമായണ പാരായണം പല്പുവിന്റെ അമ്മയ്ക്ക് ഇഷ്ടമായിരുന്നു. നാണുഭക്തനെ പല്പുവിന്റെ വീട്ടുകാർ വളരെയധികം ബഹുമാനിച്ചിരുന്നു. പലപ്പോഴും അദ്ദേഹം അവിടെനിന്ന് ഭക്ഷണം കഴിക്കാറുണ്ടായിരുന്നു.

വിദ്യാഭ്യാസ കാലം

പല്പു ഏഴുമക്കളിൽ മൂന്നാമത്തെ സന്തതിയായിരുന്നു. കുട്ടികളെ വിദ്യാഭ്യാസം ചെയ്യിക്കുന്നതിൽ തച്ചുക്കുടി പപ്പു അതീവ ശ്രദ്ധാലുവായിരുന്നു. മണൽ വിരിച്ച് അതിൽ വിരൽ പിടിപ്പിച്ച് കുട്ടികളെ എഴുതിപ്പിച്ചാണ് അദ്ദേഹം അക്ഷരം പഠിപ്പിച്ചത്. വിദ്യാഭ്യാസത്തിൽ ഉയരങ്ങളിലെത്തുന്നതോടൊപ്പം കുട്ടികൾക്ക് നല്ല കൈയക്ഷരം ഉണ്ടാവണമെന്നും ആ പിതാവിന് ആഗ്രഹമുണ്ടായിരുന്നു. കാരണം നല്ല വടിവൊത്ത അക്ഷരത്തിൽ പനയോലയിൽ പ്രമാണങ്ങൾ എഴുതാൻ ഒരു പ്രത്യേക കഴിവ് തന്നെ അദ്ദേഹത്തിനുണ്ടായിരുന്നു.

1868 ൽ തന്റെ അഞ്ചാമത്തെ വയസ്സിൽ പല്പുവിനെ പേട്ടയിൽ രാമൻപിള്ള ആശാൻ നടത്തിയിരുന്ന കുടിപ്പള്ളിക്കൂടത്തിൽ ചേർത്തു. ഇവിടെ നിന്നാണ് പല്പു നിലത്തെഴുത്ത് അഭ്യസിക്കുന്നത്. പല്പുവിന്റെ മൂത്ത സഹോദരങ്ങളായ പി വേലായുധനും പി പരമേശ്വരനും അക്ഷരം പഠിച്ചതും ഇവിടെനിന്നാണ്.

പല്പു പഠനകാര്യത്തിൽ മിടുക്കനായിരുന്നു. ക്ലാസിലെ വിദ്യാർത്ഥികളിൽ മുതിർന്ന ഒരാളെ അദ്ധ്യാപകന്റെ അസാന്നിദ്ധ്യത്തിൽ ക്ലാസിലെ കാര്യങ്ങൾ നോക്കാൻ ചുമതലപ്പെടുത്തുമായിരുന്നു. ഇവരെ ചട്ടമ്പി എന്നാണ് വിളിച്ചിരുന്നത്. സമർത്ഥനായ വിദ്യാർത്ഥിയായിരുന്നതിനാൽ പല്പുവിനെയാണ് ചട്ടമ്പിയായി ആശാൻ തെരഞ്ഞെടുത്തത്. മറ്റുള്ള വിദ്യാർത്ഥികളെ ചട്ടം പഠിപ്പിക്കുകയും പാഠങ്ങൾ പറഞ്ഞുകൊടുക്കുകയും ചെയ്യുക എന്നതായിരുന്നു ഈ ചട്ടമ്പികളുടെ കടമ. കേരളത്തിലെ നവോത്ഥാന ചരിത്രത്തിലെ മറ്റൊരു പ്രധാന വ്യക്തിയായ കുഞ്ഞൻ പിള്ളയ്ക്ക്ചട്ടമ്പിസ്വാമികൾ എന്ന പേര് ലഭിക്കുന്നതും ഇങ്ങനെയാണ്.

തന്നെ ഏല്പിച്ച ഉത്തരവാദിത്വങ്ങൾ കൃത്യതയോടെ ചെയ്യുക

എന്നത് പഠനകാലത്തുതന്നെ പല്പുവിന്റെ പ്രത്യേകതയായിരുന്നു. അതുകൊണ്ടുതന്നെ രാമൻ പിള്ള ആശാന് പല്പുവിനോട് പ്രത്യേക വാത്സല്യമുണ്ടായിരുന്നു. തനിക്കുള്ളത് മറ്റുള്ളവർക്കും പങ്കുവയ്ക്കാനുള്ള മനോഭാവം പല്പുവിനുണ്ടായിരുന്നു. വീട്ടിൽ അമ്മയുണ്ടാക്കുന്ന പല ഹാരങ്ങൾ ക്ലാസിൽ കൊണ്ടുവരികയും കൂട്ടുകാർക്ക് വിതരണം ചെയ്യു വാനും പല്പു താല്പര്യം കാണിച്ചു.

രാമൻ പിള്ളയുടെ കുടിപ്പള്ളിക്കൂടത്തിലെ വിദ്യാഭ്യാസത്തിനുശേഷം ഇംഗ്ലീഷ് പഠിക്കാനുള്ള താല്പര്യം പല്പുവിനുണ്ടായി. പിതാവിനുള്ള ഇംഗ്ലീഷ് പരിജ്ഞാനം മക്കളിലും വളർന്നത് സ്വാഭാവികമാണല്ലോ. അന്ന് തിരുവിതാംകൂറിൽ വ്യാപകമായി സ്കൂളുകളുണ്ടായിരുന്നില്ല. സ്വാതിതി രുനാളിന്റെ കാലം (1829 – 1847) മുതൽക്കാണ് തിരുവിതാംകൂറിൽ ഇംഗ്ലീഷ് വിദ്യാഭ്യാസം ആരംഭിക്കുന്നത്. തിരുവനന്തപുരത്ത് ആദ്യമായി ഒരു ഇംഗ്ലീഷ് സ്കൂൾ സ്ഥാപിക്കപ്പെടുന്നത് 1834 ൽ ആണ്. എന്നാൽ വിദേ ശികൾക്ക് സ്വന്തമായി സ്കൂൾ സ്ഥാപിക്കാനുള്ള അധികാരം ഉണ്ടായി രുന്നു.

പല്പുവിന്റെ ജ്യേഷ്ഠനായ പി വേലായുധൻ അന്ന് തിരുവനന്ത പുരം മഹാരാജാസ് ഇംഗ്ലീഷ് സ്കൂളിൽ വിദ്യാർത്ഥിയായിരുന്നു. ഇത് വളരെ പണച്ചെലവുള്ള കാര്യമായിരുന്നു. അതുകൊണ്ട് പല്പുവിനെ ക്കൂടി ഇംഗ്ലീഷ് സ്കൂളിൽ അയച്ച് പഠിപ്പിക്കുവാനുള്ള സാമ്പത്തികശേഷി പിതാവിനില്ലായിരുന്നു. കാരണം സമ്പന്നരായിരുന്നെങ്കിലും ചില ബിസി നസിൽ ഏർപ്പെട്ട് കടബാദ്ധ്യതകൾ വന്നതോടെ സാമ്പത്തികമായ ബുദ്ധി മുട്ടുകൾ അക്കാലത്ത് പല്പുവിന്റെ കുടുംബത്തെ അലട്ടിയിരുന്നു. പല്പു വിന്റെ അമ്മയുടെ സഹോദരന്മാർ ഇക്കാലത്ത് വളരെ സമ്പന്നന്മാരായി രുന്നു. പല്പുവിന്റെ കുടുംബം സാമ്പത്തിക പ്രതിസന്ധിയിലായതോടെ അമ്മ സ്വന്തം വീട്ടിലേക്ക് താമസം മാറ്റിയെന്ന് പറഞ്ഞാൽ ആ കുടുംബ ത്തിന്റെ സാമ്പത്തികാവസ്ഥ മനസ്സിലാക്കാനാവുമല്ലോ. പിതാവിന്റെ അഭിമാനം; ഭാര്യവീട്ടുകാരോട് സാമ്പത്തികസഹായം അഭ്യർത്ഥിക്കുന്ന തിൽനിന്ന് വിലക്കി. പല്പുവും പിതാവിന്റെ നിലപാടിൽ തന്നെയായി രുന്നു.

പക്ഷേ, ഇംഗ്ലീഷ് പഠിക്കുവാനുള്ള പല്പുവിന്റെ ആഗ്രഹം എങ്ങനെയും സാധിച്ചുകൊടുക്കണമെന്ന് ആ പിതാവ് ആഗ്രഹിച്ചു. അക്കാലത്ത് വീടിനടുത്ത് പേട്ടയിൽ, എസ് ജെ ഫെർണാണ്ടസ് എന്നുപേ രായ ഒരു യൂറോപ്യൻ അദ്ദേഹത്തിന്റെ വീട്ടുവളപ്പിൽ ഒരു ഇംഗ്ലീഷ് സ്കൂൾ നടത്തിയിരുന്നു. ദിവസവും രണ്ട് മണിക്കൂറാണ് അദ്ദേഹം കുട്ടി കളെ ഇംഗ്ലീഷ് പഠിപ്പിച്ചിരുന്നത്. സർക്കാരിൽനിന്ന് പെൻഷനായി ലഭി ച്ചിരുന്ന ഏഴുരൂപയായിരുന്നു ഫെർണാണ്ടസിന്റെ പ്രധാന വരുമാന മാർഗ്ഗം. വിദ്യാർത്ഥികളിൽനിന്ന് മാസംതോറും നാല് ചക്രം (രണ്ടണ മൂന്നു പൈസ) ഫീസായി വാങ്ങിയിരുന്നു. സാമ്പത്തിക പ്രയാസംമൂലം പല്പുവിനെ ഈ സ്കൂളിൽ ചേർക്കുവാൻ പിതാവ് തീരുമാനിച്ചു.

അങ്ങനെ തന്റെ പന്ത്രണ്ടാമത്തെ വയസ്സിൽ (1875 ജൂലൈ) ഫെർണാണ്ടസിന്റെ കീഴിൽ പല്പു ഇംഗ്ലീഷ് പഠനം ആരംഭിച്ചു.

പഠനത്തിൽ പല്പു മികവു പുലർത്തി. സഹപാഠികളോട് വളരെ സ്നേഹത്തോടെയും മര്യാദയോടെയുമാണ് പല്പു പെരുമാറിയിരുന്നത്. പല്പുവിന്റെ പഠിക്കാനുള്ള കഴിവും ഈ സ്വഭാവവും തിരിച്ചറിഞ്ഞ ഫെർണാണ്ടസ് പല പുസ്തകങ്ങളും വായിക്കാൻ നല്കുമായിരുന്നു. ജ്യേഷ്ഠനായ പി വേലായുധനോട് ഇംഗ്ലീഷിൽ സംസാരിക്കുവാൻ പല്പു ഉത്സാഹം കാണിച്ചു.

ഇങ്ങനെ പഠനം തുടരവെ കുടുംബത്തിൽ സാമ്പത്തിക പ്രതിസന്ധി രൂക്ഷമായി. കാര്യങ്ങൾ ഒരിഞ്ച് പോലും മുന്നോട്ട് പോകാൻ കഴിയാത്ത അവസ്ഥ. തുച്ഛമായ തുകയാണെങ്കിലും സ്കൂളിൽ ഫീസ് അടയ്ക്കുന്നതിൽ വീഴ്ചവന്നു. പല്പുവിന്റെ സാമ്പത്തിക പരാധീനത മനസ്സിലാക്കിയ അദ്ധ്യാപകൻ നീ ഇനി ഫീസ് തരേണ്ടതില്ലെന്ന് പറഞ്ഞു. നല്ലതുപോലെ പഠിക്കുന്ന നീ ഇത് വഴിക്ക് വെച്ച് നിർത്തരുതെന്നും ആവശ്യപ്പെട്ടു. അങ്ങനെ മൂന്നു വർഷക്കാലം ഫീസ് കൊടുക്കാതെ പഠനം തുടർന്നു. ഇതിനിടയിൽ വീട്ടിലെ ദാരിദ്ര്യം നാൾക്കുനാൾ വർദ്ധിച്ചുകൊണ്ടിരുന്നു. അങ്ങനെ സമ്പന്നനായ അമ്മാവനോട് പണം ചോദിക്കാൻ തന്നെ പല്പു തീരുമാനിച്ചു. പക്ഷേ, അമ്മാവൻ പല ഒഴിവുകഴിവുകളും പറഞ്ഞ് പണം കൊടുക്കാൻ തയ്യാറായില്ല. ഇതേ ആവശ്യവുമായി പല്പു പിന്നീട് വലിയമ്മാവനെ സമീപിച്ചു. പക്ഷേ, ആദ്യമൊക്കെ ഒഴിഞ്ഞുമാറിയ അമ്മാവൻ നിർബ്ബന്ധിച്ചപ്പോൾ പല്പുവിന്റെ മാസം തോറുമുള്ള വിദ്യാഭ്യാസച്ചെലവിനായി ഒരു മൂട് തെങ്ങ് വിട്ടുകൊടുത്തു.

പ്രശ്നം അവിടംകൊണ്ടും അവസാനിച്ചില്ല. നിത്യച്ചെലവിനുള്ള വകയില്ലാതെ പല്പുവും അമ്മയും ഏറെ ബുദ്ധിമുട്ടി. ഒരിക്കൽ പട്ടിണികിടന്നു വലഞ്ഞ അമ്മയും മക്കളുംകൂടി വലിയമ്മാവന്റെ വീട്ടിലെത്തി. ഈ സമയം അമ്മാവൻ വീടുപൂട്ടി ഇറങ്ങിയിരുന്നു. പല്പു വീടിന്റെ പിന്നിലെത്തി വീടിന്റെ പൂട്ട് തല്ലിത്തകർത്ത് അറയിലുണ്ടായിരുന്ന നെല്ലും അരിയും എടുത്തു. കൂടെ ജ്യേഷ്ഠൻ പരമേശ്വരനുമുണ്ടായിരുന്നു.

ഒരിക്കൽ അമ്മാവൻ തേങ്ങ ഇടാൻ പറമ്പിലെത്തിയപ്പോൾ പല്പുവും സഹോദരങ്ങളും തെങ്ങിന്റെ ചുവട്ടിൽ നിലയുറപ്പിച്ചു. തേങ്ങയിടുന്ന പണിക്കാരൻ തെങ്ങിന്റെ മുകളിലുണ്ട്. ഒന്നുകിൽ ഞങ്ങൾക്ക് ചെലവിന് തരണം. അല്ലെങ്കിൽ ഞങ്ങളുടെ തലയിലേക്ക് തേങ്ങയിട്ട് കൊല്ലണം. പല്പുവിന്റെ വാക്കുകൾ കേട്ട് അമ്മാവൻ നടുങ്ങി. അങ്ങനെ താല്ക്കാലികമായി അദ്ദേഹം ഒത്തുതീർപ്പ് എന്ന നിലയിൽ ഏഴുരൂപ കൊടുത്തു. മാത്രമല്ല കുറച്ച് വസ്തുവകകൾ കുടുംബച്ചെലവിനായി വിട്ടുനല്കാനും നിർബ്ബന്ധിതനായി.

പല്പു കൈയിൽ കിട്ടിയ ഏഴുരൂപ അദ്ധ്യാപകനായ ഫെർണാണ്ടസിന് നല്കി. ഫീസിനത്തിൽ വലിയൊരു സംഖ്യ പല്പു അദ്ദേഹത്തിനുകൊടുക്കാനുണ്ടായിരുന്നു. തന്റെ ശിഷ്യന്റെ സത്യസന്ധതയിൽ

ഫെർണാണ്ടസ് സംതൃപ്തനായി.

പിന്നീട് 1878 മാർച്ചിൽ തിരുവനന്തപുരം ഗവൺമെന്റ് ഇംഗ്ലീഷ് സ്കൂളിലാണ് തന്റെ പഠനം തുടർന്നത്. സ്കൂളിൽ ചേരാനായി പ്രവേശന പരീക്ഷയുണ്ടായിരുന്നു. പല്പു ഈ പരീക്ഷ പാസായി പ്രവേശനത്തിനെത്തിയപ്പോൾ സവർണ്ണർ അതിനെതിരെ മുന്നോട്ട് വന്നു. പക്ഷേ, പല്പുവിന്റെ ജ്യേഷ്ഠൻ പി വേലായുധൻ മിടുക്കനായ വിദ്യാർത്ഥിയായിരുന്നതിനാൽ പ്രിൻസിപ്പാൾ എതിർപ്പുകൾ വകവയ്ക്കാതെ അനുജനും സ്കൂൾ പ്രവേശനം നല്കി.

അയിത്ത സമുദായക്കാരനായതിനാൽ പല്പുവിനെ പുറകിൽ പ്രത്യേകം നീക്കിയിട്ടിരുന്ന ഒരു ബെഞ്ചിലാണ് ഇരുത്തിയത്. സഹപാഠികളിൽ ചലർ പല്പുവിനെ ഒറ്റപ്പെടുത്തുകയും കളിയാക്കുകയും ചെയ്തു.

ഈ ഘട്ടത്തിൽ പഴയ ഇംഗ്ലീഷ് അദ്ധ്യാപകനായ ഫെർണാണ്ടസ് പല്പുവിന് സഹായങ്ങൾ ചെയ്തുകൊടുക്കുന്നുണ്ടായിരുന്നു. സ്കൂളിന് സമീപമുള്ള വീട്ടിൽ പല്പുവിന് ഉച്ചഭക്ഷണത്തിനുള്ള സംവിധാനം അദ്ദേഹം സ്വന്തം ചെലവിൽ ഏർപ്പെടുത്തി. പഠനത്തിൽ മിടുക്കനായിരുന്നതിനാൽ അദ്ധ്യാപകർക്ക് പല്പുവിനെ വലിയ ഇഷ്ടമായിരുന്നു. ഇവരുടെ പ്രോത്സാഹനത്താൽ വീട്ടിലെ ബുദ്ധിമുട്ടുകളിൽ തളരാതെ വിദ്യാഭ്യാസം തുടരാൻ അദ്ദേഹത്തിന് സാധിച്ചു. അങ്ങനെ 1883 ഫെബ്രുവരി 27 ന് ഉയർന്ന മാർക്കോടെ തന്റെ 20 ാമത്തെ വയസ്സിൽ പല്പു മെട്രിക്കുലേഷൻ പരീക്ഷ പാസായി.

പരീക്ഷ പാസായെങ്കിലും തുടർ പഠനത്തിനുള്ള സാമ്പത്തികച്ചെലവുകൾ കണ്ടെത്താൻ കഴിയാതെ പല്പു വിഷമിച്ചു. എങ്കിലും കോളേജിൽ ചേരാൻ തന്നെ തീരുമാനിച്ചു. പക്ഷേ, മൂന്നുമാസത്തെ പഠനത്തോടെ (1883 മെയ് 31 വരെ) ഇടയ്ക്കുവച്ച് കോളേജ് ജീവിതം അദ്ദേഹത്തിന് അവസാനിപ്പിക്കേണ്ടിവന്നു. ജ്യേഷ്ഠനായ വേലായുധന് എന്തെങ്കിലും ജോലി കിട്ടുന്നതുവരെ പഠിപ്പ് നിർത്തിവയ്ക്കാൻ പിതാവ് പല്പുവിനോട് പറഞ്ഞു. അങ്ങനെ പല്പു പഠിപ്പ് നിർത്തി. തന്നെ ഇതുവരെ കോളേജിലയക്കുന്നതിനായി പിതാവ് വല്ലാതെ ബുദ്ധിമുട്ടനുഭവിച്ചു എന്ന് അദ്ദേഹത്തിന് മനസ്സിലായി.

എങ്ങനെയെങ്കിലും പഠനം തുടരണം. പക്ഷേ, അത് പിതാവിനെ കഷ്ടപ്പെടുത്തിക്കൊണ്ടാവരുത്, പല്പു തീരുമാനിച്ചു. അങ്ങനെ യൂറോപ്യന്മാരുടെ നാലഞ്ചുവീടുകളിൽ കുട്ടികൾക്ക് ഇംഗ്ലീഷ് പഠിപ്പിക്കുന്ന ട്യൂട്ടറായി പല്പു ജോലി നോക്കി. അങ്ങനെ ചെറിയ വരുമാനം കൈവന്നതോടെ 1884 മാർച്ച് 3 ന് വീണ്ടും അദ്ദേഹം കോളേജിൽ ചേർന്ന് പഠനം തുടർന്നു.

രാവിലെ ഏഴുമുതൽ കോളേജിൽ പോകുന്നതുവരെയും തിരികെ വന്ന് രാത്രി എട്ടുമണി വരെയുമായിരുന്നു പല്പു കുട്ടികളെ പഠിപ്പിച്ചിരുന്നത്. ട്യൂഷനിൽനിന്ന് പ്രതിമാസം 25 രൂപയാണ് പ്രതിഫലം ലഭിച്ചിരു

ന്നത്. ആദ്യം കിട്ടിയ 25 രൂപ അദ്ദേഹം അമ്മയുടെ കൈയിലേല്പിച്ചു. അപ്പോഴുണ്ടായ സന്തോഷം ജീവിതത്തിലൊരിക്കലും മറന്നില്ല.

അക്കാലത്തെക്കുറിച്ച് അദ്ദേഹം പലയിടത്തും പ്രസംഗിക്കാറുണ്ടായിരുന്നു. പല്പുവിന്റെ മൂത്തമകൻ പത്രപ്രവർത്തകനായ പി ഗംഗാധരൻ തന്റെ പിതാവ് പറഞ്ഞ അനുഭവത്തെ ഇങ്ങനെ രേഖപ്പെടുത്തുന്നു:

> മറ്റ് കുട്ടികളെ പഠിപ്പിച്ച് കുറച്ച് പണം സമ്പാദിച്ച് മാതാപിതാക്കളെ സഹായിച്ചും സ്വന്തം ചെലവ് അരിഷ്ടിച്ച് നടത്തിയും വന്ന അച്ഛന് അതിരാവിലെമുതൽ വളരെ രാത്രിവരെ ജോലിയായിരുന്നു. സമയം തീരെ കുറവായിരുന്നു. കുട്ടികൾക്ക് ട്യൂഷൻ എടുത്തുകഴിഞ്ഞ് ക്ഷണമാത്രകൊണ്ട് കോളേജിൽ എത്തേണ്ടിയിരുന്നു. മിക്കവാറും ദ്രുതഗതിയിൽ നടന്നും ഓടിയുമാണ് ഒരു ദിക്കിൽനിന്നും മറ്റ് ദിക്കിലെത്തിയിരുന്നത്. ഒരു ദിവസം ഒരു കട്ടവണ്ടിയുടെ പിറകെ ഓടിയ അച്ഛനോട് വണ്ടിക്കാരൻ കയറി ഇരുന്നുകൊള്ളാൻ പറഞ്ഞു. സന്തോഷം അതിയായി ആ വണ്ടിയിൽ കയറി സവാരി ചെയ്തപ്പോൾ ഉണ്ടായ സന്തോഷം പിന്നീട് ആയിരത്തിനുമേൽ ശമ്പളവും പറ്റി വലിയ കാറിൽ കയറി നടന്നപ്പോൾ പോലും ഉണ്ടായിട്ടില്ല എന്ന് അച്ഛൻ ഞങ്ങളോട് യാത്രാമദ്ധ്യേ പറഞ്ഞിട്ടുണ്ട്. (*ഡോ. പല്പുവിന്റെ കഥ*, ഡോ. പി വിനയചന്ദ്രൻ, കറന്റ് ബുക്സ് കോട്ടയം)

അയിത്തം മെഡിക്കൽ സ്കൂൾ പ്രവേശനത്തിലും

കോളേജ് വിദ്യാഭ്യാസവും ട്യൂട്ടർ ജോലിയും തുടർന്നുകൊണ്ടിരിക്കുന്നതിനിടയിലാണ് പല്പുവിന്റെ ജീവിതത്തിൽ വഴിത്തിരിവായ ഒരു സംഭവമുണ്ടാകുന്നത്. 1884 ൽ ആണത്. മെഡിക്കൽ സ്കൂളിലേക്കുള്ള പ്രവേശനപരീക്ഷയ്ക്കായി അപേക്ഷ സ്വീകരിച്ചുകൊണ്ടുള്ള ഒരു പരസ്യം പല്പു ഗസറ്റിൽ കണ്ടു. (1865 ലാണ് തിരുവിതാംകൂറിൽ ഈ മെഡിക്കൽ സ്കൂൾ ആരംഭിക്കുന്നത്.)

പല്പു അപേക്ഷ നല്കുകയും ഉയർന്നമാർക്കുള്ളതുകൊണ്ട് പരീക്ഷയിൽ പങ്കെടുക്കാനുള്ള അനുമതി ലഭിക്കുകയും ചെയ്തു. അഞ്ചുരൂപയായിരുന്നു പരീക്ഷാഫീസ്. പ്രവേശനപരീക്ഷയിൽ പത്തുപേർക്കാണ് അവസരം ലഭിച്ചത്. പല്പുവിന് ഇംഗ്ലീഷിൽ ഏറ്റവും ഉയർന്ന മാർക്കും മറ്റുവിഷയങ്ങൾക്ക് രണ്ടാം സ്ഥാനം ലഭിക്കുകയും ചെയ്തു.

പല്പുവിന് മെഡിക്കൽ സ്കൂളിൽ പ്രവേശനം ലഭിക്കുമെന്ന വാർത്ത അറിഞ്ഞതോടെ സവർണ്ണർ അതിനെതിരെ രംഗത്തുവന്നു. അദ്ദേഹത്തിന്റെ ജീവചരിത്രകാരനായ ടി കെ മാധവൻ എഴുതുന്നു:

> പല്പു പരീക്ഷ ജയിച്ച് ഡോക്ടറായാൽ അയാൾ കൊടുക്കുന്ന ഇംഗ്ലീഷ് മരുന്നിൽ ചേർക്കുന്ന വെള്ളം സവർണ്ണർ കുടിക്കേണ്ടിവരുമെന്നും അത് അവരുടെ ആചാര മര്യാദയ്ക്ക് വിരുദ്ധമാണെന്നും അതുകൊണ്ട് അയാളെ സ്കൂളിൽ ചേർക്കരുതെന്നുമായിരുന്നു വാദം. (*ഡോ. പല്പു*, ടി കെ മാധവൻ, സിത്താരബുക്സ് കായംകുളം)

അങ്ങനെ അർഹതയുണ്ടായിട്ടും സവർണ്ണരുടെ ജാതിമേല്ക്കോയ്മ

പല്പുവിനെ മെഡിക്കൽ സ്കൂളിലേക്ക് കയറ്റിയില്ല. സവർണ്ണരുടെ ജാതി വ്യവസ്ഥ സംരക്ഷിക്കാൻ സർക്കാരും കൂട്ടുനിന്നു. പല്പുവിന് പ്രവേശനം നിഷേധിച്ചതിന് സർക്കാർ പറഞ്ഞ ന്യായം പ്രായപരിധി കടന്നുപോയി എന്നായിരുന്നു. സവർണ്ണരുടെ എതിർപ്പിനെക്കുറിച്ച് അധികൃതർ മൗനം പാലിച്ചെങ്കിലും സർക്കാർ പറയുന്ന ന്യായം അംഗീകരിച്ചുകൊടുക്കാൻ പല്പു തയ്യാറായില്ല. പ്രായ പരിധി കടന്നിട്ടില്ലെന്ന തെളിവ് ഹാജരാക്കാൻ അദ്ദേഹം തീരുമാനിച്ചു. വീട്ടിൽ ഭദ്രമായി സൂക്ഷിച്ചിരുന്ന ജാതകം തെളിവായി സർക്കാരിനുമുമ്പിൽ അദ്ദേഹം ഹാജരാക്കുക. അതു പോരെന്ന് പറഞ്ഞാൽ ഇതിനൊപ്പം മറ്റൊരു ജനനസർട്ടിഫിക്കറ്റു കൂടി ഹാജരാക്കാനും പല്പു തീരുമാനിച്ചു. അതിനായി അന്നത്തെ റസിഡൻസി സർജനായിരുന്ന ഡോ. വൈറ്റ് സാക്ഷ്യപ്പെടുത്തിയ ഒരു ജനനസർട്ടിഫിക്കറ്റും സംഘടിപ്പിച്ചു. ഈ ഇരു സർട്ടിഫിക്കറ്റുകളും പ്രവേശനം ലഭിക്കുമെന്ന വിശ്വാസത്തിൽ അധികൃതർക്ക് മുമ്പിൽ അദ്ദേഹം സമർപ്പിച്ചു.

പക്ഷേ, അതൊന്നും ഫലം കണ്ടില്ല. യഥാർത്ഥത്തിൽ വയസ്സോ ജനനത്തീയതിയോ ആയിരുന്നില്ലല്ലോ പ്രവേശനത്തിന് തടസ്സമായി നിന്നത്. ജാതിയുടെയും സവർണ്ണമേല്ക്കോയ്മയുടെയും അധികാരത്തിനു മുമ്പിൽ അവർണ്ണരുടെ അർഹതയ്ക്ക് എന്തു പ്രസക്തി?

ഈ സംഭവം പല്പുവിനെ വല്ലാതെ ഉലച്ചുകളഞ്ഞു. ജാതിവ്യവസ്ഥ നിലനില്ക്കുന്നിടത്തോലം കാലം അവർണ്ണജനതയ്ക്ക് ഒരിക്കലും സാമൂഹിക മുന്നേറ്റം സാദ്ധ്യമാകില്ലെന്ന് അദ്ദേഹം തിരിച്ചറിഞ്ഞു. ഇതിനെതിരെയുള്ള വലിയ പ്രക്ഷോഭങ്ങളുടെയും സമരങ്ങളുടെയും കാലം അതിക്രമിച്ചതായി അദ്ദേഹം മനസ്സിലാക്കി. പണ്ട് തന്റെ പിതാവിനെ കോടതി പരീക്ഷയിൽ നിന്ന് വിലക്കിയ അനുഭവം പല്പു ഓർത്തു. അതേ അനുഭവമാണ് ഇപ്പോൾ തനിക്കും ഉണ്ടായിരിക്കുന്നത്. കാലമെത്രകടന്നിട്ടും ഈ അവസ്ഥ മാറുന്നില്ല. അവർണ്ണസമുദായം ഉണർന്ന് പ്രവർത്തിച്ചാൽ മാത്രമേ ഇതിനൊരു അറുതിയുണ്ടാവൂ. അദ്ദേഹം വിചാരിച്ചു.

ഇത്തരം അനുഭവങ്ങൾക്കൊണ്ടൊന്നും പിന്മാറാൻ പല്പു തയ്യാറായില്ല. ഒരു ഡോക്ടറായിത്തീരുക എന്ന ദൃഢനിശ്ചയത്തോടെ പല്പു അങ്ങനെ 1885 ൽ തിരുവിതാംകൂറിൽനിന്നും മദ്രാസിലേക്ക് വണ്ടികയറി. അവിടെ മദ്രാസ് മെഡിക്കൽ കോളേജിൽ ചേർന്നു. എൽ എം എസ് എന്നായിരുന്നു കോഴ്സിന്റെ പേര്.

ഇതിനിടയിൽ പല്പുവിന്റെ ജ്യേഷ്ഠൻ വേലായുധൻ 45 രൂപ ശമ്പളത്തിൽ മദ്രാസ് ഗവൺമെന്റിൽ ജോലിയിൽ പ്രവേശിച്ചിരുന്നു. മദ്രാസ് രജിസ്ട്രേഷൻ വകുപ്പിലെ ഒരു ക്ലർക്കായിട്ടായിരുന്നു നിയമനം. അദ്ദേഹം കുടുംബസമേതമായിരുന്നു മദ്രാസിൽ താമസിച്ചിരുന്നത്. മദ്രാസിലെ

ത്തിയ പല്പു ജ്യേഷ്ഠനോടൊപ്പമാണ് താമസിച്ചത്. 150 രൂപയായിരുന്നു മെഡിക്കൽ കോളേജിലെ ഒരു വർഷത്തെ ഫീസ്. പുസ്തകത്തിനും ആഹാരത്തിനും മറ്റും വേറെ രൂപവേണം.

ഫീസടയ്ക്കാനുള്ള 150 രൂപയുമായാണ് പല്പു മദ്രാസിലെത്തിയത്. അത് ഉണ്ടാക്കാൻ തന്നെ ഒരുപാട് ബുദ്ധിമുട്ടി. സുഹൃത്തുക്കളിൽനിന്ന് ലഭിച്ച 75 രൂപയും അമ്മയുടെ സ്വർണ്ണം വിറ്റ് ലഭിച്ച 75 രൂപയും ചേർത്താണ് ഫീസിനുള്ള തുക കണ്ടെത്തിയത്.

അമ്മയ്ക്ക് ധാരാളം സ്വർണ്ണമുണ്ടായിരുന്നെങ്കിലും അന്ന് സ്വർണ്ണം ഉപയോഗിക്കാൻ അവർണ്ണസമുദായക്കാർക്ക് അനുവാദമില്ലായിരുന്നു. അഥവാ സ്വർണ്ണം ധരിക്കണമെന്നുണ്ടെങ്കിൽ അതിൽ കൂടുതൽ വെള്ളി ചേർത്ത സ്വർണ്ണമായിരിക്കണം. അതുകൊണ്ട് വെള്ളി ചേർത്ത സ്വർണ്ണ മായിരുന്നു വിറ്റത്. അല്ലെങ്കിൽ ഇതിൽക്കൂടുതൽ രൂപ ലഭിക്കുമായിരു ന്നു.

നാലുവർഷത്തെ പഠനം എങ്ങനെ പൂർത്തിയാക്കണമെന്ന ചിന്ത പല്പുവിനുണ്ടായെങ്കിലും ഒരു ഡോക്ടറായിത്തീരുക എന്ന നിശ്ചയ ദാർഢ്യം അദ്ദേഹത്തെ മുന്നോട്ട് നയിച്ചു. ഫീസിളവിന് വേണ്ടിയുള്ള അപേക്ഷ അധികൃതർക്ക് നല്കിയെങ്കിലും അത് പരിഗണിക്കപ്പെട്ടില്ല. ജ്യേഷ്ഠനടക്കമുള്ള പലരുടെയും സഹായത്തിലാണ് പഠനം മുന്നോട്ട് പോയത്. അക്കാലത്തെ സാമ്പത്തിക ബുദ്ധിമുട്ടുകളെക്കുറിച്ചും ജീവി താനുഭവത്തെക്കുറിച്ചും പല്പുവിന്റെ മകൻ പി ഗംഗാധരൻ രേഖപ്പെടു ത്തിയത് ഇവിടെ പ്രസക്തമാണ്:

> പലപ്പോഴും ധനസഹായാർത്ഥം പല മാന്യന്മാരെയും സമീപിക്കേ ണ്ടിവന്നിട്ടുണ്ട്. ഫീസ് ഇളവ് ചെയ്തു കിട്ടുന്നതിന് പ്രിൻസിപ്പ ലിന് ഒരു അഭ്യർത്ഥന അയച്ചത് മടക്കത്തപാലിൽ തിരിച്ചയക്ക പ്പെട്ടു. എന്നാൽ അതേ തപാലിൽ അച്ഛന് അതിനുമുമ്പും പിന്നീടും പരിചയമില്ലാത്ത ഒരു ശ്രീരാമകൃഷ്ണരുടെ ഇരുപതുരൂപയ്ക്കുള്ള മണിയോർഡർ ലഭിച്ചു. ഒരിക്കൽ രാജാ സർ ടി മാധവറാവു ചോദിച്ച ക്ഷണത്തിൽ അമ്പതുരൂപയും മറ്റൊരവസരത്തിൽ മദ്രാ സിലെ സർ ഭാഷ്യം അയ്യങ്കാർ പത്തുരൂപയും സംഭാവന ചെയ്തു. അപ്പോൾ എന്തോ ആവശ്യത്തിന് അദ്ദേഹത്തിന്റെ വസതിയിൽ എഴുന്നള്ളിയിരുന്ന ശ്രീമൂലം തിരുനാളിനെ അഭ്യർത്ഥന കാണി ക്കുകയും അദ്ദേഹം രണ്ടുരൂപ സംഭാവന നല്കുകയും ചെയ്തു.

ഇങ്ങനെ പലരുടെയും സ്നേഹപൂർവ്വമായി ധനസഹായം തന്റെ ആഹാരാദി ആവശ്യങ്ങൾക്കുപോലും എടുക്കാതിരുന്നിട്ടും നിർദ്ദിഷ്ട തവണ ഫീസിനുവേണ്ടി വീടുതോറും യാചിക്കേണ്ടതായും വന്നിട്ടുണ്ട്. മൂന്നു ദിവസം തുടരെ പട്ടിണിയിരുന്ന് അലഞ്ഞ് ഫീസിനാവശ്യമുള്ള

തുക പൂർത്തിയാക്കി. അവസാനം വിശന്ന് കുഴഞ്ഞ് ഒരടി പോലും മുന്നോട്ട് വയ്ക്കാൻ നിവൃത്തിയില്ലാതെ ക്ഷീണിച്ചതുകൊണ്ട് ഒരു ക്രിസ്ത്യൻ പള്ളിയുടെ തുറന്നുകിടന്ന ഗെയ്റ്റ് കടന്ന് പടിക്കല്ലിൽ വിശ്രമിച്ചു. ഫീസിനായി പിരിച്ചെടുത്ത പണത്തിൽനിന്ന് എന്തെങ്കിലും വക മാറ്റി ചെലവു ചെയ്താൽ അത് അസാന്മാർഗ്ഗികമാണെന്നായിരുന്നു അച്ഛന്റെ വിശ്വാസം. ഇങ്ങനെ വിഷമിച്ചിരിക്കവെ ഒരു റൊട്ടിവ്യാപാരിയായ മുഹമ്മദീയൻ അച്ഛനെ സമീപിച്ച് ഒരു റൊട്ടിയെടുത്ത് നീട്ടി. കൈയിൽ റൊട്ടി വാങ്ങുന്നതിനുള്ള കാശില്ലാത്തതുകൊണ്ട് തനിക്ക് റൊട്ടി ആവശ്യമില്ലെന്ന് അച്ഛൻ മറുപടി പറഞ്ഞു. ആഹാരമില്ലാതെ തളർന്നു വാടി പടികളിൽ ചാഞ്ഞിരുന്ന വിദ്യാർത്ഥിയോട് തനിക്ക് റൊട്ടിയുടെ വില വേണ്ടെന്ന് പറഞ്ഞിട്ട് ഒരു വലിയ റൊട്ടി കൊടുത്തിട്ട് റൊട്ടിക്കാരൻ പോയി. ഫീസ് ഒടുക്കിയതിനുശേഷം അയാളെ കണ്ടുപിടിക്കാൻ ശ്രമിച്ചു. ഫലമുണ്ടായില്ല. ഏറെ നാൾ കഴിഞ്ഞ് അച്ഛൻ നല്ല നിലയിൽ എത്തിയതിനുശേഷവും അയാളുടെ മുഖം അച്ഛന് മറക്കാൻ കഴിഞ്ഞില്ല. ദയാലുവായ റൊട്ടിക്കാരന് എന്തെങ്കിലും ഉപകാരം ചെയ്യണമെന്ന് കരുതി വളരെ നാൾ അന്വേഷിച്ചിട്ടും അയാളെ കണ്ടുകിട്ടിയില്ല. (*ഡോ. പി പല്പു ധർമ്മബോധത്തിൽ ജീവിച്ച കർമ്മയോഗി*. എം കെ സാനു, ഗ്രീൻ ബുക്സ്, തൃശൂർ)

ഇത്തരം ജീവിതാനുഭവങ്ങളിലൂടെയാണ് പല്പു കടന്നുപോയത്. പില്ക്കാലത്ത് അദ്ദേഹത്തിന്റെ പതറാത്ത ആത്മവിശ്വാസവും കർമ്മനിപുണതയും ഇക്കാലത്തെ അനുഭവങ്ങളിൽനിന്നാണ് അദ്ദേഹം ആർജ്ജിച്ചെടുത്തത്. പഠനത്തിനൊപ്പം വിവിധ പുസ്തകങ്ങൾ വായിക്കുന്നതിനും പല്പു സമയം കണ്ടെത്തി. പല്പുവിനെ ഏറെ ആകർഷിച്ചത് ബുദ്ധമത സാഹിത്യമായിരുന്നു.

ജീവിതത്തിലെ ക്ലേശങ്ങളെന്നപോലെ പരീക്ഷക്കാലത്തും പല്പുവിനെ നിർഭാഗ്യങ്ങൾ പിന്തുടർന്നു. പരീക്ഷാ തീയതി അടുത്തുകൊണ്ടിരുന്നപ്പോൾ പനിയും അതിസാരവും ബാധിച്ചു. ആശുപത്രിയിൽ കിടന്നുള്ള ചികിത്സയ്ക്ക് അദ്ദേഹത്തിന് വിധേയനാകേണ്ടിവന്നു. പരീക്ഷ ആശുപത്രിയിൽ വെച്ച് എഴുതാൻ അനുമതി നല്കണമെന്ന് ആവശ്യപ്പെട്ട് പല്പു അധികൃതർക്ക് അപേക്ഷ നല്കി. സമർത്ഥനായ വിദ്യാർത്ഥി എന്ന നിലയിൽ പല്പുവിന് അനുകൂലമായ തീരുമാനമാണ് അധികൃതരുടെ ഭാഗത്തുനിന്ന് ഉണ്ടായത്. പരീക്ഷാനടത്തിപ്പുകാർ ആശുപത്രിയിലേക്ക് വരുന്നതും കാത്ത് പല്പു കുറെ നേരമിരുന്നു. പക്ഷേ, പരീക്ഷ തുടങ്ങുന്നതിന് ഒരു മണിക്കൂർ മുമ്പ് അദ്ദേഹം അവർ വരാത്തതുകൊണ്ട് ഒരു റിക്ഷാ വണ്ടിയിൽ പരീക്ഷാസ്ഥലത്തേക്ക് പോയി. ഇതേ സമയം പരീക്ഷാനടത്തിപ്പുകാർ ആശുപത്രിയിൽ എത്തിയിരുന്നു. പല്പുവിനെ അവിടെ കാണാതെ അവർ മടങ്ങി. പരീക്ഷാകേന്ദ്രത്തിലെത്തിയ അവർ

പല്പുവിന്റെ രോഗാവസ്ഥ കണ്ട് ആദ്യം തന്നെ പരീക്ഷ എഴുതാൻ അനുവദിച്ചു. 103 ഡിഗ്രി പനി ഉള്ളപ്പോഴാണ് പല്പു പരീക്ഷയെഴുതിയത്.

റിസൾട്ട് വരുമ്പോഴും അദ്ദേഹം ക്ഷീണിതനായിരുന്നു. പരീക്ഷാഫലം നേരിട്ടുതന്നെ അറിയണമെന്ന ആഗ്രഹത്താൽ ക്ഷീണത്തെ അവഗണിച്ച് സെനറ്റ് ഹൗസിൽ പോകാൻ പല്പു തീരുമാനിച്ചു. പതുക്കെ നടന്നും പല സ്ഥലത്തും വിശ്രമിച്ചും അവിടെ എത്തിയപ്പോൾ സമയം രാത്രി എട്ടുമണി. തീപ്പെട്ടി ഉരച്ച് അതിന്റെ വെളിച്ചത്തിലാണ് ലിസ്റ്റിൽ തന്റെ പേര് പല്പു കണ്ടെത്തിയത്. അപ്പോഴുണ്ടായ സന്തോഷം പല്പു ഒരിക്കലും മറന്നിട്ടില്ല. വിജയലഹരിയിൽ രോഗത്തെക്കുറിച്ചൊക്കെ അദ്ദേഹം മറന്നുപോയി. ശരീരവും മനസ്സും തളരാതെ പൊരുതി നേടിയ വിജയമാണല്ലോ അത്.

പല്പു ഡോക്ടർ പല്പുവാകുന്നു

മദ്രാസിൽ പഠിച്ച് ഡോക്ടറായ ശേഷം സ്വന്തം നാട്ടിൽ സേവനം ചെയ്യണമെന്ന ആഗ്രഹത്തോടെയാണ് പല്പു തിരുവിതാംകൂറിലെത്തിയത്. തന്റെ യോഗ്യത കാണിച്ചുകൊണ്ട് മെഡിക്കൽ വകുപ്പിനു ഉദ്യോഗത്തിനായി അദ്ദേഹം അപേക്ഷ നല്കി. മറുപടി കിട്ടാതിരുന്നതോടെ വീണ്ടും അപേക്ഷകൾ അയച്ചു. പക്ഷേ, ഒരു വിവരവും ലഭിച്ചില്ല. എന്നാൽ വേണ്ടത്ര യോഗ്യതയില്ലാത്തവരെ സർക്കാർ അക്കാലത്ത് നിയമിക്കുന്നതായി അദ്ദേഹം അറിഞ്ഞു. പല്പു എൽ എം എസ് പരീക്ഷ പാസായിട്ടുണ്ട്, പക്ഷേ, ഇത് പാസാകാത്ത മൂന്ന് സവർണ്ണരെയാണ് സർവ്വീസിൽ പ്രവേശിപ്പിച്ചത്. പല്പുവിന് കാര്യം പിടികിട്ടി. പിതാവിനും ജ്യേഷ്ഠനും തനിക്കും മുമ്പ് നേരിടേണ്ടി വന്ന അനുഭവത്തിന്റെ തുടർച്ച തന്നെയാണ് ഇതെന്ന് അദ്ദേഹത്തിന് മനസ്സിലായി.

അദ്ദേഹത്തിന്റെ ജ്യേഷ്ഠൻ പി വേലായുധൻ ബി എ പാസായതിനുശേഷം തിരുവിതാംകൂർ ഗവൺമെന്റിന് ജോലിക്കായി അപേക്ഷിച്ചെങ്കിലും അവജ്ഞയോടെ അതിനെ നിരസിക്കുകയായിരുന്നു. തിരുവിതാംകൂറിലെ ഈഴവ സമുദായത്തിലെ ആദ്യ ബി എക്കാരനായിരുന്നു അദ്ദേഹം. ജോലി കിട്ടാൻ സാദ്ധ്യതയുണ്ടായിട്ടും ജാതിയുടെ പേരിൽ അത് നിഷേധിക്കുകയായിരുന്നുവെന്ന് പ്രത്യേകം പറയേണ്ടതില്ലല്ലോ. ഗവൺമെന്റ് ഉദ്യോഗത്തിന് നിനക്ക് എന്ത് അർഹതയുണ്ടെടാ കീടമേ? എന്ന രീതിയിലുള്ള മറുപടിയാണ് സർക്കാരിൽനിന്ന് പലപ്പോഴും ലഭിച്ചത്. (*എം കെ സാനു: ഡോ. പല്പു ധർമ്മബോധത്തിൽ ജീവിച്ച കർമ്മയോഗി*) അങ്ങനെയാണ് വേലായുധൻ മദ്രാസ് ഗവൺമെന്റ് സർവ്വീസിൽ ജോലി തേടിപ്പോയത്. അവിടെ അദ്ദേഹത്തിന് ജോലി ലഭിക്കുകയും ചെയ്തു.

തിരുവിതാംകൂറിൽ ജോലി ലഭിക്കാതെ വന്നതോടെ ജ്യേഷ്ഠനെപ്പോലെ പല്പുവും മദ്രാസിലേക്ക് പോകാൻ തീരുമാനിച്ചു. ഇതിന്റെ ഭാഗമായി ബ്രിട്ടീഷ് ഗവൺമെന്റ് സർവ്വീസിൽ ചേരുന്നതിന് അപേക്ഷ അയക്കുകയും അതിന് കൃത്യമായി മറുപടി ലഭിക്കുകയും ചെയ്തു.

1890 ഡിസംബർ 4 ന് മദ്രാസിൽ വാക്സിൻ ഡിപ്പോ സൂപ്രണ്ടായി പല്പു ജോലിയിൽ പ്രവേശിച്ചു. മാസം 70 രൂപയായിരുന്നു ശമ്പളം. ജോലി കിട്ടിയതോടെ പലപ്പോഴും ഫെർണാണ്ടസ് എന്ന തന്റെ ഇംഗ്ലീഷ് അദ്ധ്യാപകന് മാസംതോറും കുറച്ച് രൂപ മണിയോർഡറായി അയക്കുവാനും പല്പു മറന്നിരുന്നില്ല. ഇക്കാലത്ത് ഫെർണാണ്ടസ് വലിയ സാമ്പത്തിക പ്രതിസന്ധിയിലായിരുന്നു.

ജോലിയിലെ പ്രാഗത്ഭ്യവും പല്പുവിന്റെ കഴിവും മനസ്സിലാക്കിയ വകുപ്പ് മേധാവി കേണൽ കിങ് ഏതാനും മാസങ്ങൾ കഴിഞ്ഞപ്പോൾ സീനിയർ സൂപ്രണ്ടാക്കി ജോലിക്കയറ്റം നല്കി. ഈ സമയത്തൊക്കെ പല്പു തിരുവിതാംകൂർ സർവ്വീസിൽ നിയമനം നല്കുന്നതിന് അപേക്ഷ അയച്ചുകൊണ്ടിരുന്നു.

തനിക്ക് കിട്ടിയ ആദ്യശമ്പളം അദ്ദേഹം വീട്ടിലേക്കയച്ചില്ല. തന്റെ ആവശ്യങ്ങൾക്ക് ചെറിയതുക മാറ്റിവച്ചതിനുശേഷം തുണിക്കടയിൽ പോയി കുറെ കമ്പിളിപ്പുതപ്പുകൾ വാങ്ങി. ഇദ്ദേഹം എന്തിനാണ് ഇത്രയധികം കമ്പിളികൾ വാങ്ങുന്നതെന്ന് കടക്കാർ അത്ഭുതപ്പെട്ടു. വസൂരി ബാധയുള്ളവർക്ക് വിതരണം ചെയ്യാൻ സർക്കാർ ഏർപ്പെടുത്തിയതാണെന്ന് അവർ വിചാരിച്ചു.

പല്പുവിന്റെ ലക്ഷ്യം മറ്റൊന്നായിരുന്നു. മദ്രാസിലെ കടത്തിണ്ണയിൽ രാത്രിയിൽ തണുത്തുവിറച്ചു ഉറങ്ങുന്നവർക്ക് നല്കാനായിരുന്നു ആ കമ്പിളിപ്പുതപ്പുകൾ. തന്റെ ജീവിതാനുഭവങ്ങളാണ് ഇത്തരമൊരു പ്രവർത്തനത്തിന് പല്പുവിനെ പ്രേരിപ്പിച്ചത്. ഇതോടെ കേരളത്തിന്റെ എബ്രഹാം ലിങ്കൺ എന്നാണ് പല്പു അവിടെ അറിയപ്പെട്ടത്.

വാക്സിന്റെ വിപണനസാദ്ധ്യത വർദ്ധിച്ചതോടെ 1891 ഏപ്രിൽ 23 ന് മദ്രാസ് ഡിപ്പോ ബാംഗ്ലൂരിലേക്ക് മാറ്റി. അവിടെനിന്ന് വിവിധ സ്ഥലത്തേക്ക് വാക്സിനുകൾ എത്തിച്ച് കൊടുത്തിരുന്നു. മൂന്നുമാസം കഴിഞ്ഞതോടെ കേണൽ കിങ്ങും സാനിട്ടറി കമ്മീഷണറായിരുന്ന കേണൽ ലീയും തമ്മിൽ ചില അസ്വാരസ്യങ്ങൾ ഉണ്ടായി. കേണൽ ലീയുടെ പരാതിയെത്തുടർന്ന് പല്പുവിന് ജോലി കൊടുത്ത കേണൽ കിങ്ങിനെ തരംതാഴ്ത്തി ബർമ്മയിലേക്ക് സ്ഥലം മാറ്റുകയും ചെയ്തു. വാക്സിൻ ഡിപ്പോ സർക്കാർ അടച്ചുപൂട്ടി. അങ്ങനെ പല്പുവിന് ജോലി നഷ്ടമായി. കുറച്ചുകാലം അദ്ദേഹം ജ്യേഷ്ഠന്റെ കൂടെ താമസമാക്കിയതിനുശേഷമാണ് തിരുവനന്തപുരത്തേക്ക് വന്നത്.

ഡിപ്പോ നിർത്തിയെങ്കിലും മൈസൂർ ഗവൺമെന്റ് സർവ്വീസിലെ സർജനായിരുന്ന ഡോ. ബെൻസൺ, സർക്കാർ നേരിട്ട് വാക്സിൻ ഉല്പാദിപ്പിക്കണമെന്ന് ആവശ്യപ്പെട്ടു. ഇതനുസരിച്ച് ബർമ്മയിലുള്ള കേണൽ

കിങ്ങിനോട് ഒരു വിദഗ്ദ്ധനെ വേണമെന്ന് സർക്കാർ ആവശ്യപ്പെട്ടു. ഡോ. പല്പുവിന്റെ പേരാണ് അദ്ദേഹം ശുപാർശചെയ്തത്. അങ്ങനെ നാലുമാസത്തെ ഇടവേളയ്ക്കുശേഷം 1891 നവംബർ 2-ാം തീയതി ഡോ. പല്പു മൈസൂറിൽ ജോലിയിൽ പ്രവേശിച്ചു. അദ്ദേഹത്തിന്റെ ജന്മദിന മായിരുന്നു അന്ന്. 100 രൂപയായിരുന്നു അവിടെ അദ്ദേഹത്തിന്റെ ശമ്പളം.

കുറച്ചുകാലം കഴിഞ്ഞതോടെ ഡോ. ബെൻസൺ ജോലിയിൽനിന്ന് വിരമിച്ചു. പകരം വന്ന ഉദ്യോഗസ്ഥന് വാക്സിൻ നിർമ്മിക്കാൻ വലിയ താല്പര്യമൊന്നും ഇല്ലായിരുന്നു. മൈസൂർ ദിവാൻ ശേഷാദ്രി അയ്യർക്കും വാക്സിൻ നിർമ്മാണത്തോട് അനുകൂലനിലപാട് ഇല്ലായിരുന്നു. അതി നാൽ പിന്നീട് പല്പുവിനെ മെഡിക്കൽ വകുപ്പിലെ ഒരു സാധാരണ ഉദ്യോ ഗസ്ഥനായാണ് നിയമിച്ചത്.

ഭ്രാന്താശുപത്രി, കുഷ്ഠരോഗാശുപത്രി, മെഡിക്കൽ സ്റ്റോർ എന്നിവി ടങ്ങളിൽ അദ്ദേഹത്തിന് ജോലി ചെയ്യേണ്ടിവന്നിട്ടുണ്ട്. 1891 മുതൽ 1894 വരെ അദ്ദേഹം ഇവിടങ്ങളിൽ ജോലിചെയ്തു. ഈ സമയത്ത് വാക്സിൻ നിർമ്മാണം വിപുലപ്പെടുത്താൻ സർക്കാർ തീരുമാനിച്ചു. അങ്ങനെ പല്പു വീണ്ടും അതിന്റെ മേധാവിയായി നിയമിക്കപ്പെട്ടു. വളരെ അപകടം പിടിച്ച തൊഴിലായിരുന്നു അത്. രാത്രിയും പകലുമില്ലാതെ അതീവ ശ്രദ്ധയോടെ ചെയ്യേണ്ട ജോലിയാണിത്. മൈസൂറിൽ പല്പുവിന്റെ നേതൃത്വത്തിലു ണ്ടാക്കിയ വാക്സിനെക്കുറിച്ച് പല സർക്കാരുകൾക്കും നല്ല അഭിപ്രായ മായിരുന്നു. ഇതിൽ സന്തുഷ്ടനായ മൈസൂർ ദിവാൻ വാക്സിൻ നിർമ്മാണം വിപുലപ്പെടുത്തുന്നതിന് ഒരു പദ്ധതി ആവിഷ്കരിക്കാൻ ആവശ്യപ്പെട്ടു. പ്രതിവർഷം 25000 രൂപ ലാഭമുണ്ടാക്കുന്ന ഒരു പദ്ധതി പല്പു ഗവൺമെന്റിന് സമർപ്പിച്ചു.

പല്പുവിന്റെ വാക്സിൻ നിർമ്മാണ ഇൻസ്റ്റിറ്റ്യൂട്ട് വികസിപ്പിക്കുന്ന പദ്ധതിക്കുള്ള അനുവാദം മേലുദ്യോഗസ്ഥർ തടഞ്ഞു. മാത്രമല്ല അദ്ദേ ഹത്തിന്റെ സേവനത്തെയും യോഗ്യതകളെയും പരിഗണിക്കാതെ ഒരു ജൂനിയർ ഓഫീസറായി തരംതാഴ്ത്തുകയും ചെയ്തു. കാരണം ഡോ. പല്പു യൂറോപ്പിൽ പോയി പരിശീലനം നേടാത്ത ആളാണ്. അതുകൊണ്ട് മറ്റ് ഗവൺമെന്റുകൾ മൈസൂരിലെ വാക്സിൻ വാങ്ങുമോ എന്ന സംശ യമാണ് ഉദ്യോഗസ്ഥന്മാർക്കുണ്ടായത്. ഇതിൽ മനംനൊന്ത് ഡോ. പല്പു നാട്ടിലേക്ക് തിരിച്ചു.

യൂറോപ്പിൽപോയി പരിശീലനം നേടാൻ പല്പുവിന് സമ്മതമാണോ എന്ന് മൈസൂർ ദിവാൻ എഴുതി ചോദിച്ചു. സമ്മതമാണെന്ന് അദ്ദേഹം ദിവാനെ അറിയിച്ചു. ഈ സമയത്താണ് ബാംഗ്ലൂരിൽ പ്ലേഗ് പടർന്നു പിടി ക്കുന്നത്. ഇതോടെ പല്പുവിന് തന്റെ യൂറോപ്യൻ യാത്ര റദ്ദ് ചെയ്യേ ണ്ടിവന്നു. അങ്ങനെ ഡോ. പല്പു പ്ലേഗ് നിർമ്മാർജ്ജന ക്യാമ്പുകളുടെ സൂപ്രണ്ടായി നിയോഗിക്കപ്പെട്ടു. ഈ സാംക്രമിക രോഗത്തിന് പരിഹാരം കണ്ടെത്താനുള്ള യജ്ഞത്തിന്റെ കമ്മീഷണറായി നിയമിച്ചത് പില്ക്കാ ലത്ത് തിരുവിതാംകൂർ ദിവാനായി മാറിയ വി പി മാധവറാവുവിനെ ആയിരുന്നു.

സീനിയർ ഡോക്ടർമാർ പോലും ഒഴിഞ്ഞുമാറിയ ഈ ഘട്ടത്തിൽ പല്പു സേവനം ചെയ്യാൻ തയ്യാറായി മുന്നോട്ട് വന്നു. മാധവറാവുവും പല്പുവും ചേർന്നാണ് പ്ലേഗ് നിവാരണ പദ്ധതി നടപ്പിലാക്കിയത്. പ്ലേഗ് ഭീതി പടർന്നതോടെ ജനങ്ങൾ നഗരംവിട്ട് പൊയ്ക്കൊണ്ടിരുന്നു. പ്ലേഗ് നിവാരണ ക്യാമ്പിൽ ദിനം പ്രതി 50 പേരെങ്കിലും മരിച്ചുകൊണ്ടിരുന്നു. ചില ദിവസങ്ങളിൽ ഇത് 150 വരെയാകും.

മരണം മുന്നിൽ കണ്ടുകൊണ്ടുള്ള അപകടം പിടിച്ച ജോലിയാണ് പല്പു ചെയ്തുകൊണ്ടിരുന്നത്. തന്റെ മരണപത്രം നേരത്തേ എഴുതി വച്ചിട്ടാണ് അദ്ദേഹം തന്റെ കർമ്മരംഗത്തേക്കിറങ്ങിയത്. പ്ലേഗ് നിവാരണ ക്യാമ്പിൽ പ്രവർത്തിക്കുന്ന സമയത്ത് പല്പു ഒരു സ്നേഹിതനയക്കുന്ന കത്തിൽ അവിടത്തെ ദാരുണമായ അവസ്ഥ വിവരിക്കുന്നുണ്ട്:

> എന്റെ ക്യാമ്പിനുചുറ്റും ഉണ്ടായിട്ടുള്ള എട്ട് ചുടലകളായി എട്ട് ശവങ്ങൾ ഇപ്പോൾ വെന്തുകൊണ്ടിരിക്കുന്നു. ഈ എട്ടു ശവങ്ങൾ വെന്തുകഴിഞ്ഞാൽ ഉടൻ ചിതയിൽ വയ്ക്കത്തക്കവണ്ണം 43 ശവങ്ങൾ കഴുകി തയ്യാറാക്കി വച്ചിരിക്കുന്നു. ആസന്ന മരണന്മാരായി 50 ൽ അധികം രോഗികൾ ഇവിടെ കിടക്കുന്നുണ്ട്. സംശയസ്ഥിതിയിൽ കിടക്കുന്നവരായി 500 ഓളം രോഗികൾ ഉണ്ട്. രോഗം ബാധിച്ചവരെന്ന് 300 ഓളം ആളുകളെപ്പറ്റി ഇന്ന് സംശയം ജനിച്ചിരിക്കുന്നു. ഇവരെയെല്ലാം അവരുടെ വീടുകളിൽനിന്ന് അവർക്ക് മനസ്സിലില്ലെങ്കിലും ഇവിടെ കൊണ്ടുവരുന്നതിന് ആളുകളെ അയച്ചു കഴിഞ്ഞിരിക്കുന്നു. ഇവരെ ഇന്ന് വൈകുന്നതിനകം ഇവിടെ കൊണ്ടുവരും. ഇങ്ങനെയുള്ള പരിതസ്ഥിതിയിൽ, കത്തിക്കൊണ്ടിരിക്കുന്ന ശവങ്ങളുടെ മദ്ധ്യേ, കാശിയിലെ ശ്മശാനത്തിൽ ദണ്ഡു മൂന്നിനിന്നിരുന്ന ഹരിശ്ചന്ദ്രമഹാരാജാവിനെപ്പോലെ അധികാര ദണ്ഡുമായി ഞാൻ നില്ക്കുന്നു. (*ഡോ. പല്പു*, ടി കെ മാധവൻ)

ഈ കത്തിൽ സൂചിപ്പിക്കുന്നതുപോലെ രോഗം ബാധിക്കുന്നവരെയും രോഗസംശയമുള്ളവരെയും അവരുടെ സമ്മതമില്ലെങ്കിലും ക്യാമ്പുകളിലേക്ക് മാറ്റി പാർപ്പിച്ചിരുന്നു. ഇത് ജനങ്ങളുടെ ഇടയിൽ പ്രതിഷേധത്തിന് കാരണമായി. പ്രത്യേകിച്ച് മുസ്ലീങ്ങളായിരുന്നു ഇതിനെ കൂടുതൽ എതിർത്തിരുന്നത്. മറ്റ് സ്ത്രീകളെപ്പോലെ മുസ്ലീം സ്ത്രീകളെയും ക്യാമ്പുകളിലേക്ക് കൊണ്ടുവന്നതാണ് ഇവരുടെ പ്രതിഷേധത്തിന് കാരണമായത്. ആളുകളെ ക്യാമ്പുകളിലേക്ക് കൊണ്ടുവരുന്ന ഡോക്ടർ എന്ന നിലയിൽ അദ്ദേഹത്തെ വധിക്കാനുള്ള ശ്രമങ്ങൾ വരെ നടന്നു. അദ്ദേഹം താമസിച്ചിരുന്ന സ്ഥലത്ത് സംഘമായിച്ചെന്ന് അക്രമം നടത്തിയെങ്കിലും നയപരമായി ഇടപെട്ട് പല്പു ഈ ആപത്തുകളിൽനിന്ന് രക്ഷപ്പെട്ടു.

ആരുടെയും വികാരത്തെ വ്രണപ്പെടുത്താൻ ഡോ. പല്പു ഇഷ്ട

പ്പെട്ടില്ല. ജനങ്ങളുടെ ജീവൻ രക്ഷിക്കുക എന്നതുമാത്രമായിരുന്നു അദ്ദേഹത്തിന്റെ ലക്ഷ്യം. ക്യാമ്പിലെത്തിയ പല സ്ത്രീകളും അസുഖം ഭേദമായി വീട്ടിലേക്ക് തിരിച്ചുപോകാൻ തുടങ്ങിയതോടെ ക്യാമ്പിന്റെ പ്രാധാന്യം പല്പുവിനെ ആക്രമിക്കാൻ വന്നവർക്ക് ബോദ്ധ്യമായി. അവർ സന്തുഷ്ടരായി, അദ്ദേഹത്തോട് നന്ദി പറഞ്ഞു.

മുതിർന്നവരെയാണ് പ്ലേഗ് അധികവും ബാധിച്ചത്. വീട്ടിലുള്ളവർ എല്ലാവരും മരിച്ചുകിടക്കുമ്പോൾ അതൊന്നും അറിയാത്ത കുട്ടികൾ ശവങ്ങൾക്കുമീതെ ഇഴഞ്ഞുനടക്കുന്ന കാഴ്ച ദയനീയമായിരുന്നു. പ്ലേഗ് നിരവധി കുട്ടികളെ അനാഥരാക്കി. ഡോ. പല്പു ഈ കുട്ടികളെ ഒരു സർക്കാർ കെട്ടിടത്തിൽ പുനരധിവസിപ്പിച്ചു. അവരെ നോക്കുന്നതിനായി ഒരു ആയയെ ഏർപ്പാടുചെയ്യുകയും ചെയ്തു. ഈ കുട്ടികളുടെ കാര്യത്തിൽ ഡോ. പല്പുവിന് വലിയ ആശങ്കയുണ്ടായിരുന്നു. ബാംഗ്ലൂർ വിടുന്നതിന് മുമ്പ് അദ്ദേഹം സർക്കാർ ഗസറ്റിൽ ഒരു പരസ്യം കൊടുത്തു. സാമ്പത്തിക ശേഷിയും സേവനതല്പരരുമായ ഇന്ത്യക്കാരും വിദേശിയരുമായ ആളുകൾ ഈ പരസ്യം കണ്ട് ഭൂരിഭാഗം കുട്ടികളെയും ദത്തെടുത്തു.

പ്ലേഗിനെ അമർച്ചചെയ്യുന്നതിൽ ഡോ. പല്പു വഹിച്ച പങ്ക് രാജ്യത്തിനുതന്നെ മാതൃകയായിരുന്നു. രാജ്യത്തിന്റെയോ ഭാഷയുടെയോ സമുദായത്തിന്റെയോ സങ്കുചിതത്വങ്ങൾക്കുമപ്പുറം മനുഷ്യസ്നേഹത്തിന്റെ ഉദാത്ത മാതൃകയായിരുന്നു അദ്ദേഹം. ഡോ. പല്പുവിന്റെ ആരോഗ്യരംഗത്തെ സേവനങ്ങളെ മാനിച്ച് ദക്ഷിണാഫ്രിക്കയിൽ സേവനം നടത്താനുള്ള അവസരം ലഭിച്ചെങ്കിലും അദ്ദേഹമത് നിരസിച്ചു.

യൂറോപ്യൻ യാത്ര

പ്ലേഗിനെ അമർച്ചചെയ്യുന്നതിൽ ഡോ. പല്പുവിന്റെ പങ്ക് സ്തുത്യർഹമായിരുന്നു. അതിനുശേഷം മൈസൂർ ഗവൺമെന്റിന്റെ നിർദ്ദേശമനുസരിച്ച് പല്പു ഇംഗ്ലണ്ടിലേക്ക് യാത്രയായി. 1889 ലാണ് ഈ യാത്ര. ബാക്ടീരിയോളജിയെക്കുറിച്ച് ഉപരിപഠനം നടത്തുന്നതിനാണ് സർക്കാർ അദ്ദേഹത്തെ അയച്ചത്. അദ്ദേഹത്തിന്റെ യാത്രയെക്കുറിച്ച് മകൻ പി ഗംഗാധരൻ ഇങ്ങനെ എഴുതുന്നു:

> അച്ഛൻ ശീമയ്ക്ക് പോയ അവസരം എനിക്ക് നല്ലപോലെ ഓർമ്മയുള്ളതാണ്. വലിയ പെട്ടികളുമായി മാതാപിതാക്കളോടും ഞങ്ങളോടെല്ലാം യാത്ര ചോദിച്ച് വലിയ നീണ്ട തപാൽ വണ്ടിയിൽ കയറിപ്പോയ കാഴ്ച എന്റെ ഓർമ്മയിൽ പതിഞ്ഞിട്ടുണ്ട്.

യാത്രയ്ക്കും മറ്റുമായി വേണ്ട തുക അദ്ദേഹം പവനാക്കി കോട്ടിന്റെ പോക്കറ്റിൽ സൂക്ഷിച്ചു. മോഷ്ടാക്കളുടെ ശല്യമുള്ളതിനാൽ പട്ടാളക്കാരും വണ്ടിയിൽ ഉണ്ടായിരുന്നു. തപാൽ വണ്ടികൾ ഒരുമിച്ചാണ് യാത്ര പുറപ്പെട്ടത്. മോഷ്ടാക്കളെ പേടിച്ച് ഒന്നുരണ്ടുദിവസം ഉറങ്ങാതെ ഇരുന്നെങ്കിലും യാത്രാക്ഷീണംമൂലം പല്പു ഉറങ്ങിപ്പോയി. ഉണർന്നപ്പോഴാണ് പോക്കറ്റിൽ സൂക്ഷിച്ചിരുന്ന പവൻസഞ്ചി നഷ്ടമായതറിഞ്ഞത്. ഡോ. പല്പു ആകെ ധർമ്മസങ്കടത്തിലായി. അടുത്തിരുന്ന ഒരു യാത്രക്കാരൻ നീങ്ങിയിരിക്കാൻ ശ്രമിച്ചപ്പോൾ അയാളുടെ തലപ്പാവ് വണ്ടിയിൽ തട്ടി അതിനുള്ളിൽനിന്ന് മോഷണം പോയ പവൻസഞ്ചി ഡോക്ടറുടെ മടിയിലേക്ക് വീണു. ഇതെല്ലാം പട്ടാളക്കാർ കാണുന്നുണ്ടായിരുന്നു. പണം തിരികെക്കിട്ടിയതോടെയാണ് യാത്ര സുഗമമായത്.

മലയാളഭാഷ കഴിഞ്ഞാൽ ഇംഗ്ലീഷ് മാത്രമേ പല്പുവിന് അറിയാമായിരുന്നുള്ളൂ. ഓരോ രാജ്യത്തും മാതൃഭാഷയ്ക്ക് പ്രാധാന്യം നല്കിയിരുന്നതിനാൽ ഇംഗ്ലീഷ് ഭാഷ ഇംഗ്ലണ്ടിൽമാത്രമേ ഉപയോഗിക്കാൻ കഴിയുകയുള്ളൂ. യൂറോപ്പിലെ മറ്റ് രാജ്യങ്ങൾ സന്ദർശിച്ചപ്പോൾ ഒരു ദ്വിഭാഷിയുടെ സഹായം പല്പുവിന് ആവശ്യമായി വന്നു. ഒരു രൂപമുതൽ മൂന്നു രൂപവരെയായിരുന്നു ഇവർക്ക് പ്രതിഫലമായി നല്കിയിരുന്നത്.

പാരീസിൽ താമസിക്കുന്ന കാലത്ത് ഒരു പ്രൊഫസർ മൂന്നുമാസം ദ്വിഭാഷിയായി ഒപ്പമുണ്ടായിരുന്നു. അദ്ദഹത്തിന് വലിയ പ്രതിഫലം നല്കേണ്ടി വരുമെന്നാണ് പല്പു വിചാരിച്ചത്. എന്നാൽ പ്രൊഫസർ വിചിത്രമായ ആവശ്യമാണ് മുന്നോട്ട് വെച്ചത്. പ്രതിഫലം എന്തെങ്കിലും തരാൻ ഉദ്ദേശിക്കുന്നുണ്ടെങ്കിൽ സ്വന്തം നാട്ടിലെത്തിയശേഷം ഉപയോഗശൂന്യമായ സ്റ്റാമ്പുകൾ ശേഖരിച്ച് അയക്കണമെന്നാണ് അദ്ദേഹം ആവശ്യപ്പെട്ടത്. സ്റ്റാമ്പുശേഖരണത്തിൽ താല്പര്യമുള്ള പ്രൊഫസറുടെ മകനുവേണ്ടിയാണ് അദ്ദേഹം ഈ ആവശ്യം ഉന്നയിച്ചത്.

ട്രാവലേഴ്സ് ഗൈഡ് എന്ന പേരിൽ പുറത്തിറങ്ങിയ പുസ്തകം പല്പുവിന്റെ യാത്രയ്ക്ക് ഏറെ ഗുണം ചെയ്തു. ഒട്ടുമിക്ക വാക്കുകളും ഉൾപ്പെടുത്തി തോമസ് കുക്ക് ആന്റ് സൺസ് എന്ന കമ്പനിയാണ് ഇത് പുറത്തിറക്കിയിത്. യൂറോപ്പിലെ എല്ലാ ഭാഷകളിലെയും വാക്കുകളും അതിന്റെ അർത്ഥവും ഈ പുസ്തകത്തിൽ ഉണ്ടായിരുന്നു. മുക്കാൽ രൂപ (ഒരു ഷില്ലിങ്) ആയിരുന്നു ഇതിന്റെ വില.

ഇന്ത്യയിലെ ഇതിഹാസങ്ങൾ, വിവേകാനന്ദകൃതികൾ, എഡ്വിൻ ആർനോൾഡിന്റെ *ബുദ്ധചരിതം* എന്നീ ഗ്രന്ഥങ്ങളെ യൂറോപ്പിലുള്ള സുഹൃത്തുക്കൾക്ക് പല്പു പരിചയപ്പെടുത്തി. പല്പുവിൽനിന്ന് ബുദ്ധമതത്തെക്കുറിച്ച് അറിയാനിടയായ ഒരു സുഹൃത്ത് ഇതിൽ ആകൃഷ്ടനാവുകയും പല്പുവിന്റെ നിർദ്ദേശമനുസരിച്ച് കൂടുതൽ ബുദ്ധമത ഗ്രന്ഥങ്ങൾ വരുത്തി വായിക്കുകയും ചെയ്തു. ഇവർ തമ്മിൽ ബുദ്ധമതത്തെ സംബന്ധിച്ച് ദീർഘമായ സംവാദങ്ങളിലേർപ്പെട്ടു. 'എന്റെ ആത്മാവിന് വെളിച്ചമുണ്ടാക്കി തന്ന ഗുരുഭൂതൻ' എന്ന് എഴുതി ഒപ്പിട്ട് ബുദ്ധന്റെ ഒരു ജീവചരിത്രപുസ്തകം പല്പുവിന് ഈ സുഹൃത്ത് നല്കുകയും ചെയ്തു.

ഇംഗ്ലണ്ടിലെ സാധാരണക്കാർക്ക് ഇന്ത്യയെക്കുറിച്ച് പരിമിതമായ അറിവുമാത്രമാണുള്ളതെന്ന് പല്പു മനസ്സിലാക്കി. യൂറോപ്പിൽ പൊതുവെ തണുപ്പായതിനാൽ അവിടെയുള്ളവർ മദ്യം കഴിക്കാറുണ്ട്. എന്നാൽ പല്പു മദ്യം കഴിക്കാൻ തയ്യാറായില്ല. ഇത് അവരെ അത്ഭുതപ്പെടുത്തി.

റോയൽ ഇൻസ്റ്റിറ്റ്യൂട്ടിൽ പരീശീലനം നടത്തുന്ന സമയത്ത് ലിസ്റ്റർ പ്രഭുവിന് ഫെലോഷിപ്പ് നല്കുന്ന ചടങ്ങിൽ പങ്കെടുക്കാൻ പല്പുവിന് അവസരം ലഭിച്ചു. ഇതിനോടനുബന്ധിച്ചുള്ള വിരുന്നു സല്ക്കാരത്തിൽ ലിസ്റ്റൺപ്രഭുവുമായി ഒരുമിച്ചിരുന്ന് ഭക്ഷണം കഴിക്കാൻ കഴിഞ്ഞത് പല്പുവിന്റെ യൂറോപ്യൻ ജീവിതത്തിലെ മറക്കാൻ കഴിയാത്ത അനുഭവമായിരുന്നു.

ഒരിക്കൽ ജർമ്മനിയിലൂടെ യാത്രചെയ്യുമ്പോൾ പല്പു ഒരു ഭക്ഷണശാലയിൽ കയറി. അദ്ദേഹം ഇംഗ്ലീഷിൽ സംസാരിച്ചത് കൂടെ ഇരുന്നവർക്ക് വെറുപ്പുളവാക്കി. ഇതിൽ ഒരാൾക്ക് ഇംഗ്ലീഷ് അറിയാമായിരുന്നു. അയാൾ കാര്യം തിരക്കി. പല്പു ഇന്ത്യക്കാരനാണെന്ന് പറഞ്ഞതോടെയാണ് അവിടെ ഇരുന്നവർക്ക് സന്തോഷമായത്. ഇംഗ്ലീഷുകാർ കറുത്തവരാണോ വെളുത്തവരാണോ എന്നുപോലും അവർക്ക് അറിയില്ലെന്ന് പല്പു മനസ്സിലാക്കി.

ഡോ. പല്പു രണ്ട് വർഷങ്ങൾകൊണ്ട് യൂറോപ്പിൽനിന്ന് ഉന്നത ബിരുദങ്ങൾ നേടി. കേംബ്രിഡ്ജിൽ നിന്ന് പബ്ലിക് ഹെൽത്തിൽ ഡി പി എച്ചും ലണ്ടനിൽനിന്ന് എഫ് ആർ പി എച്ചും നേടി. ഇതിനുപുറമെ പാരീസ്, ജർമ്മനി, ജനീവ, റോം തുടങ്ങിയ രാജ്യങ്ങൾ സന്ദർശിക്കുകയും അവിടത്തെ പൊതുജന ആരോഗ്യപ്രവർത്തനങ്ങൾ കണ്ട് മനസ്സിലാക്കുകയും ചെയ്തു. അവിടെ വച്ച് പല പ്രമുഖരുമായി പരിചയപ്പെടുന്നതിനും അദ്ദേഹത്തിന് സാധിച്ചു. രോഗാണുശാസ്ത്രത്തിലും കൃഷിവിജ്ഞാനത്തിലും പല്പുവിന് ഇവിടെനിന്ന് കൂടുതൽ അറിവുകൾ ലഭിച്ചു.

1900 ൽ പഠനം പൂർത്തിയാക്കി ഡോ. പല്പു യൂറോപ്പിൽനിന്ന് മടങ്ങി. മാഴ്സലസിൽനിന്ന് ഇന്ത്യയിലേക്ക് മടങ്ങുന്നതിന് കപ്പലിൽ ടിക്കറ്റ് ബുക്കുചെയ്തതിനുശേഷം അടുത്ത ഗ്രാമത്തിലുള്ള വൈദ്യശാസ്ത്ര പ്രൊഫസറെ കണ്ട് യാത്ര പറയാനായി പോയി. അദ്ദേഹവുമായി സംസാരിച്ച് നേരം പോയതറിഞ്ഞില്ല. അപ്പോഴാണ് വണ്ടിയുടെ ചൂളം വിളി കേട്ടത്. ഈ വണ്ടി പോയാൽ കപ്പൽ കിട്ടില്ലെന്നുറപ്പാണ്. നാട്ടിലേക്ക് കൊണ്ടുപോകാനുള്ള സാധനങ്ങൾ കപ്പലിൽ കയറ്റി രസീത് വാങ്ങിയിരുന്നു. ഈ വിവരം പ്രൊഫസറോട് പറഞ്ഞപ്പോൾ അദ്ദേഹം പല്പുവിനെയും വിളിച്ച് ഓടി വണ്ടിയുടെ മുൻഭാഗത്തെത്തി ലൈനിൽ കയറി ഇരുകൈകളും ഉയർത്തി നിന്നു. പ്രൊഫസറെ അവിടെയുള്ളവർക്കും ഡ്രൈവർക്കും അറിയാമായിരുന്നതിനാൽ വണ്ടി നിർത്തി. വണ്ടിയിലെ ജീവനക്കാർ പല്പുവിനെ കൈപിടിച്ച് വണ്ടിയിലേക്ക് കയറ്റി.

സ്റ്റേഷനിൽനിന്ന് വളഞ്ഞ വഴിയിലൂടെയായിരുന്നു പോയതെങ്കിലും കപ്പൽ വിടുന്നതിന് അല്പം മുമ്പ് പല്പുവിന് എത്താൻ കഴിഞ്ഞു. പ്രൊഫസറാണ് പല്പുവിന് വേണ്ട സഹായങ്ങളെല്ലാം ചെയ്തുകൊടുത്തത്. പല്പുവിന്റെ കൈയിൽ അപ്പോൾ വെറും പതിമൂന്ന് പവൻ മാത്രമാണ് ഉണ്ടായിരുന്നത്. എന്നാൽ യാത്രാച്ചെലവിനുള്ള തുക യൂറോപ്പിലുള്ള സുഹൃത്തുകൾ നല്കിയിരുന്നു. അക്കാലത്ത് ബോംബെയിൽ എത്തണമെങ്കിൽ ഇരുപത്തിമൂന്ന് പവൻ വേണമായിരുന്നു.

പല്പുവിന് യൂറോപ്പിൽ താമസമുറപ്പിക്കുന്നതിനും അവിടെ വലിയ ശമ്പളത്തിൽ ജോലിചെയ്യാനും സാധിക്കുമായിരുന്നു. പലരും അവിടെ വച്ച് ഇത്തരമൊരു വാഗ്ദാനം നല്കിയതുമാണ്. എന്നാൽ തന്റെ കഴിവും പരിജ്ഞാനവും സ്വന്തം നാട്ടിലുള്ളവർക്ക് പ്രയോജനപ്പെടുത്താനായി

രുന്നു അദ്ദേഹത്തിന് താല്പര്യം.

അങ്ങനെ അദ്ദേഹം നാട്ടിലേക്ക് തിരിച്ചു. തിരുവിതാംകൂറിൽനിന്ന് വൈദ്യരംഗത്ത് ഉപരിപഠനം കഴിഞ്ഞ് വന്ന രണ്ടു പേരിൽ ഒരാളാണ് പല്പു. യൂറോപ്യൻ വേഷത്തിൽ വീട്ടിലെത്തിയ പല്പുവിനെ കാണാൻ സുഹൃത്തുക്കളായ നിരവധിപേരെത്തി. അദ്ദേഹം വിദേശത്തുനിന്ന് കൊണ്ടുവന്ന കൗതുക വസ്തുക്കൾ ആളുകളെ ആകർഷിച്ചു. ദൂരദർശിനികൾ, ഈഫൽ ഗോപുരത്തിന്റെയും വത്തിക്കാൻ നഗരത്തിന്റെയും ബ്രിട്ടീഷ് പാർലമെന്റിന്റെയും വെനീസിലെ സെന്റ്. മാർക്ക് സ്ക്വയറിന്റെയും ചിത്രങ്ങൾ; തന്നെക്കാണാൻ വീട്ടിലെത്തിയവർക്ക് അദ്ദേഹം സമ്മാനിച്ചു.

മൈസൂറിലെ ഔദ്യോഗിക ജീവിതം

പല്പു വീണ്ടും മൈസൂരിലെത്തി. അവിടെയെത്തിയ പല്പു ദിവാൻ ശേഷാദ്രി അയ്യർ ഇതിനകം ജോലിയിൽനിന്ന് വിരമിച്ചതായി അറിഞ്ഞു. ഇത് അദ്ദേഹത്തെ ദുഃഖിതനാക്കി. യൂറോപ്പിലെ ഉപരിപഠനത്തിനുശേഷം ഡോ. പല്പു തിരിച്ചെത്തിയിരിക്കുകയാണ്. അദ്ദേഹത്തിന്റെ ഈ യോഗ്യതകൾക്ക് ചേരുന്ന ജോലി ഗവൺമെന്റ് നല്കേണ്ടതുണ്ട്. അങ്ങനെ മൈസൂർ സിറ്റിയിലെ ഹെൽത്ത് ഓഫീസറായിട്ടായിരുന്നു ആദ്യനിയമനം.

ഹെൽത്ത് ഓഫീസറായി ജോലിചെയ്യുന്ന സമയത്ത് രണ്ടുമാസത്തെ അവധിയിൽ ഡോക്ടർ പല്പു നാട്ടിലേക്ക് പോയി. ഈ സമയത്ത് നഗരത്തിലെ ശുചീകരണപ്രവർത്തനങ്ങൾ താറുമാറായി. അന്നത്തെ ദിവാനായിരുന്ന കൃഷ്ണമൂർത്തി അവധിയിലുമായിരുന്നു. അങ്ങനെ നഗരത്തിൽ മാലിന്യങ്ങൾ നിറഞ്ഞതോടെ പല്പുവിനെ ജോലിയിൽനിന്ന് പിരിച്ചുവിടുകയും സാനിട്ടറി ഹെൽത്ത് ഓഫീസർ എന്ന തസ്തിക റദ്ദുചെയ്യുകയും ചെയ്തു. അവധി കഴിഞ്ഞ് തിരിച്ചെത്തിയ പല്പു വിശദവിവരങ്ങൾ കാണിച്ച് അധികൃതർക്ക് എഴുതി. അതിന്റെ അടിസ്ഥാനത്തിൽ ദിവാൻ ഉത്തരവ് പിൻവലിച്ചു. സാനിട്ടറി കമ്മീഷണറുടെ പേഴ്സണൽ അസിസ്റ്റന്റ് എന്നൊരു തസ്തിക സൃഷ്ടിച്ച് പല്പുവിനെ നിയമിക്കുകയും ചെയ്തു.

ഇതോടെ ശുചീകരണ പ്രവർത്തനങ്ങളുടെ ചുമതല പല്പുവിന്റെ നിയന്ത്രണത്തിലായി. ഇക്കാലത്ത് സിവിൽ മിലിട്ടറി സ്റ്റേഷനിലായിരുന്നു പല്പുവും കുടുംബവും താമസിച്ചിരുന്നത്. ആംഗ്ലോ ഇന്ത്യൻ വാസ്തുശില്പമാതൃകയിൽ നിർമ്മിച്ചതായിരുന്നു ഈ വീട്. വീട്ടിൽ നിന്ന് ഓഫീസിലേക്ക് കുതിര വണ്ടിയിലായിരുന്നു യാത്ര. വണ്ടി പല്പു തന്നെ

യാണ് ഓടിച്ചിരുന്നത്.

1902 ൽ ബാംഗ്ലൂർ മുനിസിപ്പാലിറ്റിയുടെ എക്സ് ഒഫീഷ്യോ വൈസ്പ്രസിഡന്റായി നിയമിക്കപ്പെട്ടു. പല്പുവും കുടുംബവും ബാംഗ്ലൂരിലേക്ക് താമസം മാറ്റി. പ്ലേഗ് ബാധ ഇനിയും പൂർണ്ണമായി വിട്ടൊഴിയാത്തതിനാൽ പലരും നഗരത്തിനടുത്തുള്ള സ്ഥലങ്ങളിലാണ് താമസിച്ചിരുന്നത്. അതുപോലെ പല്പുവും കുടുംബവും നഗര പ്രാന്തത്തിലുള്ള ഒരു വീട്ടിലാണ് താമസിച്ചത്. ഭാരതീയവാസ്തുശില്പമാതൃകയിലാണ് ഈ വിട് നിർമ്മിച്ചിരുന്നത്. 'പത്മാലയം' എന്നായിരുന്നു വീടിന്റെ പേര്. വീട്ടുമുറ്റത്ത് വിശാലമായ പൂന്തോട്ടവും പച്ചക്കറിത്തോട്ടവും ഉണ്ടായിരുന്നു.

1907 ൽ ഡോ. പല്പുവിനെ മൈസൂർ സർക്കാർ ഡെപ്യൂട്ടി സാനിട്ടറി കമ്മീഷണറും വാക്സിനേഷൻ ഇൻസ്പെക്ടറുമായി നിയമിച്ചു. ഓരോ ഉയർന്ന തസ്തികകളിലും ജോലി ചെയ്യുമ്പോഴും സത്യസന്ധതയും ധാർമ്മികതയും ഉയർത്തിപ്പിടിക്കാൻ അദ്ദേഹം ശ്രദ്ധിച്ചു. സാനിട്ടറി കമ്മീഷണറായിരിക്കുമ്പോഴാണ് മൈസൂറിൽ വിഷൂചിക എന്ന സാംക്രമിക രോഗം പടർന്നുപിടിച്ചത്. നഗരത്തിൽ കുടിവെള്ളം വിതരണം ചെയ്യുന്ന പൈപ്പിൽ രോഗാണുക്കൾ കലർന്നതാണ് ഇതിന് കാരണമെന്ന് പല്പു കണ്ടെത്തി. ഇതിന്റെ അടിസ്ഥാനത്തിൽ കുടിവെള്ളം വിദഗ്ദ്ധ പരിശോധനയ്ക്ക് വിധേയമാക്കിയപ്പോൾ രോഗാണുക്കളുണ്ടെന്ന് തെളിഞ്ഞു. വിദേശത്തുനിന്ന് ലഭിച്ച പരിശീലനമാണ് ഇത് വളരെ പെട്ടെന്നുതന്നെ പല്പു കണ്ടെത്താൻ സഹായകമായത്.

എന്നാൽ, കെമിക്കൽ എക്സാമിനർ ആയിരുന്ന ശ്രീനിവാസറാവു വെള്ളത്തിൽ രോഗാണുക്കളില്ലെന്ന് സാക്ഷ്യപത്രമിറക്കി. ഇത് സംബന്ധിച്ച് പല്പുവും റാവുവുമായി വാഗ്വാദമുണ്ടായി. ഡോ. റാവുവിന്റെ ബന്ധുവായിരുന്നു കുടിവെള്ളവിതരണത്തിന്റെ ചുമതലക്കാരൻ. അതുകൊണ്ടാണ് രോഗാണു കലർന്നിട്ടില്ലെന്ന റിപ്പോർട്ട് റാവു നല്കിയത്. രോഗാണു ഉണ്ടെന്ന് തെളിയിക്കുന്നതിനായി കുടിവെള്ളത്തിന്റെ സാമ്പിളുകൾ മദ്രാസിലെയും ബോംബെയിലെയും ലബോറട്ടറികളിലേക്ക് പല്പു അയച്ചുകൊടുത്തു. അവിടെനിന്ന് ലഭിച്ച രണ്ട് റിപ്പോർട്ടുകൾ രോഗാണുക്കൾ ഉള്ളതായി സാക്ഷ്യപ്പെടുത്തി.

ഇത് വലിയ വാർത്തയായി. വകുപ്പ് തല അദ്ധ്യക്ഷന്റെ കീഴിൽ ഇതു സംബന്ധിച്ച് വിശദമായ അന്വേഷണം നടത്തപ്പെട്ടു. ഇതോടെ യാഥാർത്ഥ്യം പുറത്തുവന്നെങ്കിലും ഉദ്യോഗസ്ഥരെ രക്ഷിക്കാനായിരുന്നു ഗവൺമെന്റ് ശ്രമിച്ചത്. ജുഡീഷ്യൽ അന്വേഷണം നടത്തുന്നതിനായി ഒരു കമ്മിറ്റിയെ നിയമിച്ചു. ഈ അന്വേഷണം പ്രഹസനമായിരുന്നു എന്ന് പ്രത്യേകം പറയേണ്ടതില്ലല്ലോ. പല്പു കമ്മിറ്റിക്ക് മുമ്പാകെ നല്കിയ തെളിവുകൾ അവർ സ്വീകരിച്ചില്ല. സർക്കാരും മഹാരാജാവിന്റെ പ്രൈവറ്റ് സെക്രട്ടറിയും ഉദ്യോഗസ്ഥരെ രക്ഷിക്കാനാണ് ശ്രമിച്ചത്. ഇതോടെ പല്പുവിനെ ഡിവിഷണൽ സാനിട്ടറി ഓഫീസറായി തരം താഴ്ത്തി. ഇതിൽ

പ്രതിഷേധിച്ച് അദ്ദേഹം ജോലി രാജിവച്ച് നാട്ടിലേക്ക് തിരിച്ചു. സ്വന്തം കുടുംബം സാമ്പത്തിക പ്രതിസന്ധിയിലായിരിക്കുമ്പോഴാണ് അദ്ദേഹം ജോലി രാജിവച്ചത്.

നാട്ടിലെത്തി അധികം കഴിയുന്നതിനുമുമ്പ് മൈസൂരിൽ വസൂരി പടർന്നു പിടിച്ചു. ധാരാളം പേർ വസൂരിവന്ന് മരിച്ചതോടെ അധികൃതർ പ്രതിസന്ധിയിലായി. വൈദ്യശാസ്ത്ര രംഗത്ത് പ്രാഗത്ഭ്യം തെളിയിച്ച ഡോ. പല്പുവിനെ തിരിച്ചുവിളിക്കാതെ സർക്കാരിന് നിവൃത്തിയില്ലെന്നായി. അങ്ങനെ ഗവൺമെന്റ് തന്നോട് ചെയ്ത അനീതിപോലും മറന്ന് പല്പു സേവനസന്നദ്ധനായി മൈസൂരിൽ പാഞ്ഞെത്തി.

ഇക്കുറി ജയിൽ സൂപ്രണ്ടും വാക്സിനേഷൻ ഇൻസ്പെക്ടറുമായാണ് അദ്ദേഹത്തിന് നിയമനം ലഭിച്ചത്. പ്രതിമാസം തൊള്ളായിരം രൂപ ശമ്പളവും അലവൻസും സൗജന്യ താമസവും പല്പുവിന് ലഭിച്ചു. ഡോക്ടർ ജയിൽ സൂപ്രണ്ടായിരിക്കുമ്പോൾ ഹൈക്കോടതിയിൽനിന്ന് വധശിക്ഷയ്ക്ക് വിധിക്കപ്പെട്ട രണ്ടുപേരെ ജയിലിലേക്ക് കൊണ്ടുവന്നു. അവരെ തൂക്കി ക്കാല്ലാനുള്ള ചുമതല ജയിൽ സൂപ്രണ്ടായ പല്പുവിനായിരുന്നു. മനുഷ്യരുടെ ആരോഗ്യവും ജീവനും സംരക്ഷിക്കാൻ ചുമതലപ്പെട്ട തനിക്ക് ജീവനെടുക്കാനുള്ള ജോലി കൂടി വന്നുചേർന്നല്ലോ എന്നോർത്ത് അദ്ദേഹം വേദനിച്ചു.

പല്പു ജയിൽ സൂപ്രണ്ടായ ശേഷം ഒരു പ്രാവശ്യം രണ്ട് ജയിൽപ്പുള്ളികളെ വധശിക്ഷയ്ക്ക് വിധേയരാക്കി. ഇവർ യഥാർത്ഥ കുറ്റവാളികളാണോ എന്ന് പല്പു അന്വേഷണം നടത്തിയിരുന്നു. അതിനുശേഷം രണ്ടുപേരെക്കൂടി തൂക്കിക്കൊല്ലാനുള്ള ഉത്തരവ് പല്പുവിന് ലഭിച്ചു. ഇവർ യഥാർത്ഥകുറ്റവാളികളാണെന്ന് തെളിയിക്കാനുള്ള രേഖകളൊന്നും ഉണ്ടായിരുന്നില്ല. കീഴ്ക്കോടതിയിൽ വേണ്ടരീതിയിൽ കേസ് വാദിക്കാതിരുന്നതും അവിഹിത ഇടപെടലുമാണ് അവരെ കുറ്റവാളികളാക്കിയതെന്ന് പല്പുവിന് മനസ്സിലായി. അങ്ങനെ നിരപരാധികളായ അവരെ രക്ഷിക്കാൻ പല്പു ശ്രമിച്ചു. അദ്ദേഹം ദിവാന്റെ പ്രൈവറ്റ് സെക്രട്ടറിക്ക് കത്തെഴുതി:

'വധശിക്ഷയ്ക്ക് വിധിക്കപ്പെടുന്നവരെ തൂക്കിക്കൊല്ലുക ജയിൽ സൂപ്രണ്ടിന്റെ ചുമതലയിൽപ്പെടുന്നതാണെങ്കിലും ഇത്തരം ശിക്ഷാവിധികൾക്ക് ഞാൻ അനുകൂലിക്കുകയില്ല. നിരപരാധികളെ തൂക്കിക്കൊല്ലുന്നത് രാജാ തിരുമനസ്സിന്റെയും ദിവാൻ സാഹിബിന്റെയും പേരിന് കളങ്കം ചേർക്കുകയേ ഉള്ളൂ.' ഇതായിരുന്നു കത്തിലെ വരികൾ.

ദിവാൻ ബാംഗ്ലൂരിൽ എത്തിയാൽ വധശിക്ഷയ്ക്ക് വിധിക്കപ്പെട്ടവരെ നേരിൽ കാണാൻ അപേക്ഷിക്കണമെന്ന് ഡോ. പല്പു പ്രൈവറ്റ് സെക്രട്ടറിക്കുള്ള കത്തിൽ ശുപാർശ ചെയ്തിരുന്നു. എന്നാൽ, ഇത് സംബന്ധിച്ച യാതൊരു നടപടിയും ഉണ്ടാവില്ലെന്ന് അദ്ദേഹത്തിന് അറിയാമായിരുന്നു. ഭാവിയിലെങ്കിലും തന്റെ നീക്കത്തിന് ഫലമുണ്ടാവുമെന്ന് വിശ്വസിച്ചായിരുന്നു അദ്ദേഹം ഇത്തരം നീക്കങ്ങൾ നടത്തിയത്.

നിരപരാധികളെ തൂക്കിലേറ്റാനുള്ള മടികൊണ്ട് ധർമ്മബോധത്തിൽ ഉറച്ചുവിശ്വസിച്ചിരുന്ന പല്പു ഉടൻതന്നെ രണ്ട് മാസത്തെ അവധിയെടുത്തു. അദ്ദേഹത്തിന് പകരമായി വന്ന ഉദ്യോഗസ്ഥൻ ആ നിരപരാധികളെ തൂക്കിലേറ്റുകയും ചെയ്തു.

പല്പു മൈസൂർ സർക്കാരിന്റെ കീഴിൽ ജോലി ചെയ്തിരുന്ന കാലത്ത് എല്ലാവർഷവും നടത്തിയിരുന്ന ആരോഗ്യപ്രദർശനങ്ങൾ എല്ലാവരെയും ആകർഷിച്ചു. പലകേന്ദ്രങ്ങളിൽനിന്നും ഇതിന്റെ പേരിൽ പല്പുവിന് അഭിനന്ദനപ്രവാഹങ്ങളുണ്ടായി. ഈ പരിപാടിയുടെ ഭാഗമായി സ്വരൂപിക്കുന്ന തുക കൊണ്ട് മൈസൂറിൽ ഒരു പബ്ലിക് ഹെൽത്ത് മ്യൂസിയം സ്ഥാപിക്കാൻ കഴിഞ്ഞത് അദ്ദേഹത്തിന്റെ ജീവിതത്തിലെ വലിയ നേട്ടമായിരുന്നു. ഇന്ത്യയിലെതന്നെ ആദ്യത്തെ ഹെൽത്ത് മ്യൂസിയമായിരുന്നു അത്. ഇത് പൊതുജനങ്ങൾക്കായി തുറന്നുകൊടുത്തത് മൈസൂറിലെ യുവരാജാവാണ്.

മ്യൂസിയത്തെക്കുറിച്ച് വിവിധ തുറകളിലുള്ളവർ അനുകൂലമായ അഭിപ്രായങ്ങളാണ് രേഖപ്പെടുത്തിയത്. എന്നാൽ, പില്ക്കാലത്ത് ഈ പബ്ലിക് ഹെൽത്ത് മ്യൂസിയം നന്നായി സംരക്ഷിക്കാൻ അധികൃതർക്ക് കഴിഞ്ഞില്ല.

ആരോഗ്യസംരക്ഷണത്തിന്റെ പ്രാധാന്യം ജനങ്ങളിലെത്തിക്കുന്നതിനായി പല്പു കന്നടഭാഷയിൽ ഒരു നാടകം രചിച്ചു. *ഹെൽത്ത് ഡ്രാമ* എന്നായിരുന്നു ഇംഗ്ലീഷിൽ അതിന് നല്കിയ പേര്. മൈസൂറിലെ ദിവാൻ ഈ നാടകം പരിശോധിച്ച് അത് അച്ചടിക്കാനുള്ള അനുമതി നല്കി. ഈ നാടകം വേദിയിൽ അവതരിപ്പിച്ചപ്പോൾ ഇതു കണ്ട ദിവാൻ പല്പുവിനെ അഭിനന്ദിക്കുവാനും തയ്യാറായി. പിന്നീട് രാജാവ് ഈ നാടകം കാണുകയും ഹിന്ദുസ്ഥാനി ഭാഷയിലേക്ക് പരിഭാഷപ്പെടുത്താൻ പല്പുവിനോട് ആവശ്യപ്പെടുകയും ചെയ്തു. പല്പുവിന് വേണ്ട സഹായങ്ങൾ വാഗ്ദാനം ചെയ്ത രാജാവ് ദസ്റ ഉത്സവകാലത്ത് എല്ലാ രാത്രിയിലും ഈ നാടകം അവതരിപ്പിക്കാനുള്ള അനുമതി നല്കി. ഈ നാടകത്തിലെ കഥാപാത്രങ്ങൾ രോഗങ്ങളും ഔഷധങ്ങളുമായിരുന്നു. ഇതായിരുന്നു നാടകത്തിന്റെ പ്രത്യേകത.

പല്പു ബറോഡയിൽ

ഡോ. പല്പു ജയിൽ സൂപ്രണ്ടായിരിക്കുന്ന കാലത്ത് മൈസൂർ ദിവാനായിരുന്ന വി പി മാധവറാവു ബറോഡയിലേക്ക് ദിവാനായി പോയിരുന്നു. അക്കാലത്ത് ബറോഡയിലെ ശുചീകരണപ്രവർത്തനങ്ങൾ കാര്യക്ഷമമായിരുന്നില്ല. ഡോ. പല്പുവിന്റെ കഴിവുകൾ ദിവാന് നേരിട്ടറിയാമായിരുന്നു. ബറോഡ സർക്കാർ സാനിട്ടറി വകുപ്പ് പുനഃസംഘടിപ്പിക്കുന്നതിന് തീരുമാനിച്ചു. ഈ സമയം ഡോ. പല്പുവിന്റെ സേവനം ആവശ്യപ്പെട്ട് മൈസൂർ സർക്കാരിന് ബറോഡ സർക്കാർ അപേക്ഷ നല്കി. അങ്ങനെ മൈസൂർ സർക്കാരിന്റെ അനുമതി ലഭിച്ചതോടെ 1917 ൽ സാനിട്ടറി ഇൻസ്പെക്ടറായി പല്പു ബറോഡയിലെത്തി.

സ്വന്തം താല്പര്യങ്ങൾ പോലും മാറ്റി വെച്ച് സേവനം ചെയ്യുക എന്ന നിലപാടിലായിരുന്നു പല്പു. കുടുംബം മൈസൂരിൽ താമസിക്കുമ്പോൾ അയൽസംസ്ഥാനത്തെ സഹായിക്കുക എന്ന നയമാണ് പല്പു സ്വീകരിച്ചത്. ബറോഡ സർക്കാർ പ്രതിമാസം ആയിരത്തി ഇരുനൂറുരൂപ പല്പുവിന് ശമ്പളം നല്കി.

താൻ രചിച്ച നാടകം ബറോഡയിലും അവതരിപ്പിക്കാൻ അദ്ദേഹത്തിന് അവസരം ലഭിച്ചു. നാടകം കണ്ട അവിടത്തെ രാജാവ് പല്പുവിനെ അഭിനന്ദിക്കുകയും മറാഠി, ഗുജറാത്തി ഭാഷയിലേക്ക് നാടകം പരിഭാഷപ്പെടുത്തണമെന്ന് നിർദ്ദേശിക്കുകയും ചെയ്തു. അതിനായി രണ്ട് ഭാഷാവിദഗ്ദ്ധരെ സർക്കാർ നിയമിക്കുകയും ചെയ്തു.

ബറോഡയിലും ആദ്യമായി ആരോഗ്യവിദ്യാഭ്യാസ പ്രദർശനം സംഘടിപ്പിച്ചത് പല്പുവായിരുന്നു. പ്രദർശനം ഒരാഴ്ചയോളം നീണ്ടുനിന്നു. ഇതിനോടനുബന്ധിച്ച് സംഘടിപ്പിച്ച സമ്മാനദാനച്ചടങ്ങിൽ സയാജിറാവു ഗയിക്കുവാർ രാജാവ് പല്പുവിനെ പ്രശംസിച്ചു. അക്കാലത്ത്

രാജാവിന്റെ പ്രശംസയ്ക്ക് പാത്രമാകുന്നവർ വിരളമായിരുന്നു. ജാതിയും മതവും നോക്കാതെ പന്തിഭോജനത്തിൽ പങ്കെടുത്തിരുന്ന രാജാവ് ജാതി ക്കോട്ട തകർക്കാൻ ആദ്യം വെടിയുതിർക്കുന്നത് താനായിരിക്കുമെന്നു പ്രഖ്യാപിച്ചിട്ടുണ്ട്. പുരോഗമനവാദിയായ ഈ രാജാവുമായുള്ള സൗഹൃദം പല്പു ഒരു ഭാഗ്യമായി കരുതി.

ബറോഡയിലെ ആരോഗ്യമേഖലയിൽ വലിയ മാറ്റങ്ങൾ ഉണ്ടാക്കു വാൻ പല്പുവിന് കഴിഞ്ഞു. രാജാവ് അദ്ദേഹത്തിന് എല്ലാ സഹായങ്ങളും ചെയ്തുകൊടുത്തു.

ബറോഡയിലെ സേവനത്തിനുശേഷം മൈസൂരിൽ തിരിച്ചെത്തിയ പല്പു ജയിൽ സൂപ്രണ്ടായി വീണ്ടും ജോലിയിൽ പ്രവേശിച്ചു. ലിംഫ് ഇൻസ്റ്റിറ്റ്യൂട്ട് ഡയറക്ടറായി അദ്ദേഹത്തിന് ഉദ്യോഗക്കയറ്റം ലഭിച്ചു. രണ്ടാ യിരം രൂപയായിരുന്നു അദ്ദേഹത്തിന്റെ പ്രതിമാസ ശമ്പളം.

അദ്ദേഹം ജയിൽ സൂപ്രണ്ടായിരിക്കുന്ന കാലത്ത് നിരവധി പരിഷ്കാ രങ്ങൾ ജയിലിൽ നടപ്പാക്കിയിട്ടുണ്ട്. പൊതുവിൽ ജയിൽ ഉദ്യോഗസ്ഥ ന്മാരെക്കുറിച്ച് പരാതികൾ ഉയരാറുണ്ടെങ്കിലും പല്പുവിനെതിരെ ഒരു പരാതിയും കണ്ടെത്താൻ കഴിയില്ല. തന്റെ കീഴുദ്യോഗസ്ഥരോട് എന്ന പോലെയാണ് ജയിൽപ്പുള്ളികളോട് അദ്ദേഹം പെരുമാറിയത്. അവരെ നേർവഴിക്കുനടത്താൻ ചില ശ്രമങ്ങളും അദ്ദേഹം നടത്തുന്നുണ്ട്. തനിക്ക് ജന്മസിദ്ധമായി ലഭിച്ച കരകൗശല വിദ്യ അവരെക്കൂടെ പഠിപ്പിക്കുന്ന തിന് ജയിലിൽ ഒരു കരകൗശല മ്യൂസിയം അദ്ദേഹം സ്ഥാപിച്ചു. ജയി ലിൽ എത്തുന്നവരെല്ലാം ഡോക്ടറുടെ സ്നേഹവും വാത്സല്യവും ഏറ്റുവാങ്ങി.

ചികിത്സാ രംഗത്തും സേവനസന്നദ്ധതയോടുകൂടിയാണ് ഡോ. പല്പു പ്രവർത്തിച്ചത്. താൻ താമസിച്ചിരുന്ന വീട്ടിൽ എത്തുന്നവർക്ക് മരുന്നും പണവും നല്കാൻ അദ്ദേഹം മടികാണിച്ചിരുന്നില്ല. നിരവധി വിദ്യാർത്ഥികളെ വീട്ടിൽ താമസിപ്പിച്ച് പഠിപ്പിച്ചിട്ടുണ്ട്. ഒരു കാലത്ത് കുമാ രനാശാനും പല്പുവിന്റെ വീട്ടിൽ താമസിച്ച് പഠനം നടത്തിയിട്ടുണ്ട്. അദ്ദേ ഹത്തിന്റെ പ്രഥമ ജീവചരിത്രകാരനായ ടി കെ മാധവൻ ഇക്കാലത്തെ ക്കുറിച്ച് എഴുതുന്നു:

> ഡോക്ടർ ബാംഗ്ലൂരിൽ താമസിച്ചിരുന്ന കാലത്ത് തിരുവിതാംകൂ റിൽനിന്ന് നാനാജാതി മതസ്ഥരായ അനേകം ആളുകൾ അദ്ദേ ഹത്തിന്റെ വീട്ടിൽ താമസിച്ച് സാങ്കേതികമായ ഓരോ പരീക്ഷ കൾക്കും പഠിച്ച് വിജയികളായി പോന്നിട്ടുണ്ട്. ബാംഗ്ലൂരിൽ താമ സിച്ചിരുന്ന കാലത്ത് അദ്ദേഹത്തിന്റെ വീട് ഒരു വിദ്യാർത്ഥി സത്ര മായിരുന്നു.

ആരോഗ്യമേഖലയിലുള്ള തന്റെ കഴിവ് പൊതുജനങ്ങൾക്കായി ഉപ യോഗപ്പെടുത്തുന്നതിൽ പല്പു വിജയിച്ചു. രോഗികളിൽനിന്ന് യാതൊരു പ്രതിഫലവും പറ്റാതെയാണ് അദ്ദേഹം അവരെ ചികിത്സിച്ചത്. ഡോ. പല്പു

തന്നെ ഇതിനെക്കുറിച്ച് എഴുതിയിട്ടുണ്ട്:

സ്വകാര്യ ചികിത്സയിൽ ഏർപ്പെട്ടാൽ എന്റെ വിലപ്പെട്ട സമയം അന്യഥാ നഷ്ടമാകും. അനേകം രോഗികളെ തിരക്കിട്ട് ചികിത്സിക്കാൻ ശ്രമിച്ചാൽ അത് ഫലപ്രദമാകില്ല. രോഗികളിൽനിന്ന് പണം വാങ്ങുന്നത് തെറ്റാണ്. ജീവിതകാലം മുഴുവനും ഒരു ചികിത്സകനായി മാത്രം കഴിയാൻ എനിക്ക് ആഗ്രഹമില്ല. സാമൂഹികവും സാമ്പത്തികവുമായി വളരെ പിന്നോക്കം നില്ക്കുന്ന ജനവിഭാഗത്തെ മുന്നിലെത്തിക്കുന്നതിനുള്ള കർമ്മപദ്ധതികൾ ആവിഷ്കരിച്ച് പ്രയോഗത്തിൽ വരുത്തുകകൂടിയാണ് എന്റെ ലക്ഷ്യം.

അദ്ദേഹത്തിന്റെ പന്നീടുള്ള ജീവിതംതന്നെ അതിന് തെളിവാണ്. 1920 ൽ തന്റെ നീണ്ടനാളത്തെ ആരോഗ്യമേഖലയിലെ സേവനത്തിനു ശേഷം അദ്ദേഹം വിരമിച്ചു.

ശരീരത്തിലെ രോഗങ്ങളെ തിരിച്ചറിയുകയും ചികിത്സിക്കുകയും ചെയ്ത ഡോ. പല്പു അങ്ങനെ സമൂഹത്തെ ആകമാനം ഗ്രസിച്ചിരുന്ന രോഗത്തെ ചികിത്സിക്കുവാൻ സന്നദ്ധനായി. അത് കേരളത്തിൽ നവോത്ഥാനമുന്നേറ്റത്തിന്റെ ചരിത്രമായി മാറി.

സാമൂഹിക പ്രവർത്തനങ്ങൾ

ജാതിയുടെ പേരിൽ മനുഷ്യനെന്ന പരിഗണനപോലുമില്ലാതെ കഴിയേണ്ടി വന്ന കേരളത്തിലെ അധഃസ്ഥിത ജനത പോരാട്ടത്തിന്റെയും പ്രതിഷേധങ്ങളുടെയും പാതയിലേക്ക് തിരിഞ്ഞ ഘട്ടത്തിലാണ് പല്പു തിരുവിതാംകൂറിലെത്തുന്നത്. താൻ ജനിച്ചുവളർന്ന സമുദായത്തിന് രൂക്ഷമായ അവഗണനയാണ് നേരിടേണ്ടി വരുന്നതെന്ന് അദ്ദേഹം മനസ്സിലാക്കി. ഇതിനെതിരെ പ്രവർത്തിക്കാൻ അദ്ദേഹം തീരുമാനമെടുത്തു. വിരമിക്കുന്നതിന് മുമ്പു തന്നെ അദ്ദേഹം സാമൂഹ്യനീതിക്കായുള്ള ധീരമായ പ്രക്ഷോഭങ്ങളിൽ ഏർപ്പെട്ടതായി കാണാം.

പണ്ട് തനിക്കും തന്റെ സഹോദരനും നേരിട്ട അവഗണന അദ്ദേഹം മറന്നിരുന്നില്ല. എന്തടിസ്ഥാനത്തിലാണ് യോഗ്യതയുണ്ടായിട്ടും തങ്ങളെ ജോലിയിൽ പ്രവേശപ്പിക്കാത്തത് എന്ന് ചോദിച്ചുകൊണ്ട് തിരുവിതാംകൂർ ദിവാന് അദ്ദേഹം പരാതികൾ നല്കിയിരുന്നു. പക്ഷേ, ഇതുസംബന്ധിച്ച് പത്രങ്ങളിലും മറ്റും ലേഖനങ്ങൾ എഴുതാനും പല്പു തയ്യാറായി. പേര് വയ്ക്കാതെയാണ് ഈ ലേഖനങ്ങൾ പലതും അദ്ദേഹം പ്രസിദ്ധപ്പെടുത്തിയത്.

1885 മുതൽ 1924 വരെ തിരുവിതാംകൂർ ഭരിച്ചിരുന്നത് ശ്രീമൂലം തിരുനാളാണ്. അക്കാലത്ത് തിരുവിതാംകൂറിന് പുറത്തുള്ള തമിഴ് ബ്രാഹ്മണർക്കായിരുന്നു ഗവൺമെന്റ് ജോലി ലഭിച്ചിരുന്നത്. ഇവരുടെ വൻതോതിലുള്ള പ്രവേശനം തടയുന്നതിനായി 1890 ൽ നടന്ന മലയാളി മെമ്മോറിയൽ പ്രക്ഷോഭത്തിൽ പല്പുവും പങ്കെടുത്തു. *മദ്രാസ് സ്റ്റാന്റേർഡ്* എന്ന ഇംഗ്ലീഷ് പത്രത്തിന്റെ പത്രാധിപരായിരുന്ന ബാരിസ്റ്റർ ജി പി പിള്ള, കെ പി ശങ്കരമേനോൻ, സി ശങ്കരൻ നായർ എന്നിവരായിരുന്നു മലയാളിമെമ്മോറിയൽ പ്രക്ഷോഭത്തിന് നേതൃത്വം കൊടുത്തത്. നായർ, ഈഴ

വർ, ക്രിസ്ത്യാനികൾ, മുസ്ലീം തുടങ്ങി നാനാവിഭാഗങ്ങളും മലയാളി മെമ്മോറിയലിൽ പങ്കെടുത്തു. ചരിത്ര പ്രസിദ്ധമായ മലയാളി മെമ്മോറിയൽ തയ്യാറാക്കുന്നതിൽ നേതൃത്വപരമായ പങ്ക് വഹിച്ചു. സി വി രാമൻപിള്ളയായിരുന്നു മെമ്മോറിയലിന്റെ കരട് തയ്യാറാക്കിയത്. മലയാളിമെമ്മോറിയലിൽ ഈഴവരെക്കുറിച്ച് പറയുന്ന ഭാഗം സി കെ ഗംഗാധരൻ രേഖപ്പെടുത്തിയിട്ടുണ്ട്:

> എല്ലാറ്റിനേക്കാളും കഷ്ടതരമായിട്ടുള്ളത് മാസം അഞ്ച് രൂപയോ അതിനുമേലെ ശമ്പളമുള്ള ഒരു ഈഴവനെങ്കിലും തിരുവിതാംകൂർ സർവ്വീസിൽ ഇല്ലാത്തതാകുന്നു. ബുദ്ധിമാന്മാരും വിദ്യാഭ്യാസം ചെയ്തിട്ടുള്ളവരും ആയ ആളുകൾ അവരിൽ ഇല്ലാഞ്ഞിട്ടല്ല. മലബാറിൽ, ഇന്ത്യക്കാർക്ക് പ്രവേശിക്കാവുന്ന സിവിൽ സർവ്വീസിൽ ഏറ്റവും ഉയർന്ന ഉദ്യോഗങ്ങളിൽ ഇവരുടെ ജാതിക്കാരിൽ പലരും ഇരിക്കുന്നുണ്ട്. (ഡോക്ടർ പല്പു, സി കെ ഗംഗാധരൻ).

ജനസംഖ്യാനുപാതികമായ ജോലിയും ദിവാൻ പദവിയും നായർ സമുദായത്തിന് ലഭിക്കാതിരുന്നതിനാൽ അവരുടെ നേതൃത്വത്തിലാണ് മെമ്മോറിയൽ രൂപപ്പെട്ടത്. അവരുടെ താല്പര്യത്തിനായിരുന്നു മുൻതൂക്കം നല്കിയത്. 10037 പേർ ഒപ്പിട്ട മെമ്മോറിയലിൽ മൂന്നാമത്തെ പേര് പല്പുവിന്റേതായിരുന്നു. പി കെ ശങ്കരമേനോനായിരുന്നു ആദ്യം പേരെഴുതി ഒപ്പിട്ടത്.

1891 ജനുവരി 11 നാണ് ശ്രീമൂലം തിരുനാളിന് മലയാളിമെമ്മോറിയൽ സമർപ്പിച്ചത്. മലയാളി മെമ്മോറിയൽ പ്രക്ഷോഭകർക്ക് സർക്കാർ കൊടുത്ത മറുപടിയിൽ ഈഴവരെക്കുറിച്ച് പറയുന്നതിങ്ങനെയാണ്:

> ഹർജിയിൽ ആകർഷിച്ചു ചേർത്തിരിക്കുന്നതായ തീയ്യന്മാരെക്കുറിച്ച് പറയുന്നതായാൽ അവരുടെ സ്ഥിതി ഹർജിക്കാർക്ക് തന്നെ അറിയാവുന്നതാണ്. അവരുടെ ഈ രാജ്യത്തെ സാമൂഹ്യസ്ഥിതി ആലോചിച്ച് നോക്കിയാൽ അവർ പ്രായേണ വിദ്യാവിഹീനരും സർക്കാർ ഉദ്യോഗത്തിന് അവരെ പ്രാപ്തരാക്കിത്തീർക്കുന്ന വിദ്യാഭ്യാസത്തിന് പോകുന്നതിനേക്കാൾ അവരുടെ സ്വന്തം തൊഴിലുകളായ കൃഷി, കയർ പിരിപ്പ്, തെങ്ങ് ചെത്ത് മുതലായവ കൊണ്ടു തന്നെ തൃപ്തിപ്പെട്ടിരിക്കുന്നവരുമാകുന്നു.

സർക്കാരിന്റെയും ദിവാൻ മാധവരായറുടെയും ഭാഗത്തുനിന്നുള്ള ഈ മറുപടി എത്രമാത്രം ജാതിമേല്ക്കോയ്മയെ അരക്കിട്ടുറപ്പിക്കുന്നതാണെന്ന് വ്യക്തമാണല്ലോ. വർണ്ണാശ്രമ ധർമ്മമനുസരിച്ച് ഓരോ ജാതി വിഭാഗവും അവരുടെ പരമ്പരാഗത തൊഴിൽ മാത്രമേ ചെയ്യാവൂ എന്ന അപരിഷ്കൃത നിലപാടാണ് അന്നത്തെ തിരുവിതാംകൂർ ഭരണകർത്താക്കൾക്കുണ്ടായിരുന്നത്.

ഡോ. പല്പു ദിവാന് മറുപടി പറഞ്ഞുകൊണ്ട് 1891 ഫെബ്രുവരി 19 ന് *മദ്രാസ് മെയിലിൽ* ഒരു കത്തെഴുതി. കത്തിൽ അദ്ദേഹം തന്റെ പേര് സൂചിപ്പിക്കാതെ തിരുവിതാംകോട്ടുകാരനായ ഒരു തീയ്യൻ എന്നാണ് ചേർത്തത്. അത് ചുവടെ കൊടുക്കുന്നു:

> സർ ഞാൻ തിരുവിതാംകോട്ടെ ഒരു തീയ്യനും ഒരു സ്വദേശിയുമാണ്. ഇങ്ങനെ ഒരു ജാതിക്കാർ തിരുവിതാംകോട്ട് ഇല്ലെന്ന് ജനുവരി 27-ാം തീയതി പത്രത്തിൽ ഒരു ഹിന്ദു എഴുതിയിരിക്കുന്നതായി കണ്ടു. തിരുവിതാംകൂർ മെമ്മോറിയലിൽ പറയുന്നതുപോലെ എന്റെ ജാതിക്കാരുടെ സംഖ്യ 3,87176 ആകുന്നു. ഇത് സംസ്ഥാനത്തിലെ ജനസംഖ്യയുടെ നൂറ്റിന് പതിനാറ് വീതവും ഹിന്ദു സമുദായത്തിന് നൂറ്റിന് 22 വീതവും ആകുന്നു. ഇവരിൽ ബുദ്ധിമാന്മാരും വിദ്യാഭ്യാസം ചെയ്തിട്ടുള്ളവരുമായ ആളുകൾ ഉണ്ടായിരുന്നിട്ടും അഞ്ച് രൂപയോ അതിന് മേലോ ശമ്പളമുള്ള ഒരു ഈഴവനെങ്കിലും ഇല്ല. എന്നാൽ ഇവരുടെ ജാതിക്കാരിൽ മലബാറിൽ ഉള്ളവരിൽ അനേകം പേർ ഇന്ത്യയിലെ സ്വദേശികൾക്ക് പ്രവേശിക്കാവുന്ന സിവിൽ സർവ്വീസിലുള്ള ഏറ്റവും ഉയർന്ന ഉദ്യോഗങ്ങളിൽ ഇരിക്കുന്നുണ്ട്. എന്റെ ജാതിക്കാർ കായക്ലേശമുള്ള പ്രവൃത്തി ചെയ്യുന്നതിനും പരിശ്രമശീലത്തിനും പ്രസിദ്ധന്മാരാകുന്നു.
>
> കഴിഞ്ഞ 20 സംവത്സരക്കാലങ്ങളായി ഇംഗ്ലീഷ് വിദ്യാഭ്യാസം കൊണ്ട് ഗുണപ്പെട്ടുകൊള്ളാമെന്നുള്ള മോഹം വസ്തു ഉടമസ്ഥരും നികുതികൊടുക്കുന്നവരുമായ അനേകം ആളുകളുള്ള ഈ സമുദായത്തിനുണ്ടായിരുന്നു. എങ്കിലും ഗവൺമെന്റിന്റെ സഹായം ഇല്ലായ്കയാൽ ഞങ്ങളുടെ ഉത്സാഹം വളരെ കുറഞ്ഞുപോയിട്ടുണ്ട്. ക്രിസ്തുമതം സ്വീകരിച്ച ദക്ഷിണ തിരുവിതാംകൂറിലുള്ള ചാന്നാന്മാരും ഒരിക്കൽ ഞങ്ങളെപ്പോലെ നിസ്സഹായരായിരുന്നു. എങ്കിലും ഉദാരബുദ്ധികളായ മിഷനറിമാരുടെ പ്രേരണയാൽ അവരുടെ അവകാശങ്ങളെ ഗവൺമെന്റ് സമ്മതിച്ചിരിക്കുന്നു.
>
> എന്നാൽ ഞങ്ങൾ സംസ്ഥാനത്തിലേക്ക് അധികം നികുതി കൊടുക്കുന്നവരായിരുന്നിട്ടും ഇപ്പോഴും ഹിന്ദുക്കളായി തന്നെ ഇരിക്കുന്നതിനാൽ ആർദ്രത ജനിക്കാതിരിക്കുന്നതുകൊണ്ട് ഞങ്ങളുടെ അവകാശങ്ങൾ വിസ്മൃത പ്രായങ്ങളായിത്തന്നെ കിടക്കുന്നു. ഇതിന് മുമ്പ് ഉണ്ടായിരുന്നവരും ഇപ്പോൾ ഉള്ളവരുമായ രാജ്യഭരണ ധുരന്ധരന്മാർ ഞങ്ങളുടെ അവകാശങ്ങളെ തീരെ അലക്ഷ്യമായി വിചാരിച്ചുവന്നിരുന്നു എന്നുള്ളതിന് ദൃഷ്ടാന്തമായി എന്റെ സ്വന്തം കുടുംബത്തിനുണ്ടായ അനുഭവം തന്നെ പറയാവുന്നതാണ്. സർ ടി മാധവരായർ ദിവാൻജിയായിരുന്ന കാലത്ത് തിരുവിതാംകോട്ടെ കോടതികളിൽ വ്യവഹരിക്കുന്നതിന് യോഗ്യ

തയുള്ളവരെ ഒരു പരീക്ഷ നിശ്ചയിച്ച് ഗസറ്റിൽ പരസ്യം ചെയ്തിരുന്നു. പരീക്ഷയിൽ ചേരുന്നതിനായി എന്റെ അച്ഛനും അപേക്ഷ അയച്ചു. താണജാതിക്കാരൻ എന്നുള്ള കാരണത്താൽ അച്ഛനെ പരീക്ഷയിൽ ചേർത്തില്ല. പരീക്ഷയ്ക്ക് ഒടുക്കിയ ഫീസ് ഇതേ വരെ തിരികെതന്നിട്ടുമില്ല.

തിരുവിതാംകൂർ ഗവൺമെന്റിന്റെ കീഴിൽ പണി കിട്ടണമെന്നുള്ള അടുത്ത അപേക്ഷക്കാരൻ എന്റെ ജ്യേഷ്ഠനായിരുന്നു. ജ്യേഷ്ഠൻ വളരെക്കാലം തിരുവനന്തപുരം കോളേജിൽ പഠിച്ചിരുന്നു. 1882 ൽ ജ്യേഷ്ഠൻ ബി എ പരീക്ഷ ജയിച്ചു. അന്ന് ബി എ പരീക്ഷ ജയിച്ച മലയാളികൾ വളരെ ചുരുക്കമായിരുന്നു. തിരുവിതാംകോട്ട് എന്തെങ്കിലും ഉദ്യോഗം കിട്ടുന്നതിന് അനേകം അപേക്ഷകൾ അയച്ചു. ഒന്നിനും ഒരു ഫലവുമുണ്ടായില്ല. വളരെ നാൾ ഉദ്യോഗസ്ഥന്മാരെ സേവിച്ച് അവരുടെ പടികാത്തുനിന്നു. എന്നിട്ടും ഫലമൊന്നും ഉണ്ടായില്ല. ഒടുവിൽ തിരുവിതാംകൂറിൽ ജ്യേഷ്ഠന് ഉദ്യോഗം കിട്ടുന്നതല്ലെന്ന് ഗവൺമെന്റ് അറിയിച്ചു. ഇങ്ങനെ ഒരു മറുപടി കിട്ടിയപ്പോൾ ജ്യേഷ്ഠന് വളരെ വ്യസനമുണ്ടായി. ഒടുവിൽ ഭഗ്നാശനായി സ്വരാജ്യം വിട്ട് ബ്രിട്ടീഷ് സർവ്വീസിൽ പ്രവേശിച്ചു.

പിന്നത്തെ അപേക്ഷക്കാരൻ ഞാനായിരുന്നു. കഴിഞ്ഞ സെപ്തംബർ മാസത്തിൽ ഞാൻ മെഡിക്കൽ ഡിപ്പാർട്ട്മെന്റിൽ ഒരു ജോലി കിട്ടണമെന്ന് അപേക്ഷിച്ചു. അതിന് ഇതുവരെയും ഒരു മറുപടിയും കിട്ടിയില്ല. അതിൽപ്പിന്നെ എൽ എം എസ് പരീക്ഷ പാസായിട്ടില്ലാത്തവരും അപ്പോത്തിക്കരി പരീക്ഷ മാത്രം പാസായവരുമായ മൂന്നുപേർക്ക് തിരുവിതാംകൂർ ഗവൺമെന്റ് ഉദ്യോഗം കൊടുത്തു.

സാധുക്കളായ തിരുവിതാംകൂർ നിവാസികളുടെ ക്ഷേമത്തിൽ നിങ്ങൾ പ്രദർശിപ്പിച്ചുവരുന്ന താല്പര്യത്തിനായി ഞാൻ നിങ്ങൾക്ക് വന്ദനം പറയുന്നു. നിങ്ങളുടെ സാമർത്ഥ്യത്തോട് കൂടിയുള്ള സഹായം അവർക്ക് അലഭ്യമായുള്ളതിനെ ലഭിക്കുന്നതിന് സൗകര്യം ഉണ്ടാക്കികൊടുക്കുമെന്ന് ഞാൻ വിശ്വസിക്കുന്നു. (*ഡോ. പല്പുവിന്റെ കഥ*, ഡോ. പി വിനയചന്ദ്രൻ)

ഇതിനുശേഷം പല്പു തിരുവനന്തപുരത്തെത്തി മലയാളിമെമ്മോറിയലിന്റെ സുഹൃത്തുക്കളുമായി ആലോചിച്ച് ഒരു നിവേദനം അയക്കുകയുണ്ടായി. എന്നാൽ അതിന് തിരുവിതാംകൂർ സർക്കാരിൽനിന്ന് യാതൊരു മറുപടിയും ലഭിച്ചില്ല. പിന്നീട് മൈസൂരിൽ അസിസ്റ്റന്റ് സർജനായി ജോലിചെയ്യുമ്പോൾ 1895 മെയ് 13 ന് സ്വന്തം പേര് വച്ച് വീണ്ടും ഒരു നിവേദനം കൊടുത്തു. എന്തു നടപടിയുണ്ടായാലും അത് നേരിടാൻ തയ്യാറായാണ് അദ്ദേഹം നിവേദനത്തിൽ പേരും അഡ്രസും ചേർത്തത്. സാമുദായികമായ അവകാശങ്ങളെക്കുറിച്ചാണ് നിവേദനത്തിൽ കൂടുതലായി പരാമർശിക്കുന്നതെങ്കിലും വിശാലമായ മനുഷ്യാ

വകാശത്തിന്റെ തത്ത്വങ്ങൾ ഇതിൽ കാണാനാവും.

മൂന്നുമാസം കഴിഞ്ഞിട്ടും പല്പുവിന്റെ ഈ നിവേദനത്തിന് സർക്കാരിന്റെ ഭാഗത്തുനിന്ന് മറുപടിയുണ്ടായില്ല. പക്ഷേ, അദ്ദേഹം പിന്മാറാൻ തയ്യാറായില്ല. അദ്ദേഹം വീണ്ടും വീണ്ടും ഈ നിവേദനത്തെ ഓർമ്മപ്പെടുത്താൻ സർക്കാരിലേക്ക് കത്തുക്കളെഴുതിക്കൊണ്ടിരുന്നു.

1895 ഡിസംബർ 2 ന് പൂനെയിൽ വച്ച് നടന്ന കോൺഗ്രസ് സമ്മേളനത്തിൽ അധസ്ഥിത വിഭാഗങ്ങളുടെ അവസ്ഥ ബോദ്ധ്യപ്പെടുത്താൻ പല്പു തീരുമാനിച്ചു. ജി പി പിള്ളയെയാണ് ഇതിനായി ചുമതലപ്പെടുത്തിയത്. ഇതോടെ തന്റെ സാമൂഹിക പ്രവർത്തനം കൂടുതൽ വ്യാപിപ്പിക്കുവാൻ അദ്ദേഹം തീരുമാനിച്ചു.

1896 ഫെബ്രുവരിയിൽ പല്പു തിരുവിതാംകൂറിലെത്തി ദിവാനെ നേരിട്ട് മുഖം കാണിച്ചു. ഇരുവരുമായി നടന്ന ചർച്ചയിൽ ഈഴവർക്ക് സ്കൂളുകൾ സ്ഥാപിച്ചു നല്കുമെന്നും ഉയർന്ന തസ്തികകളിൽ ജോലി നല്കുമെന്നും ദിവാൻ ഉറപ്പുനല്കി. എന്നാൽ, ഏറെനാൾ കാത്തിരുന്നിട്ടും സർക്കാരിന്റെ ഭാഗത്തുനിന്ന് അനുകൂലമായ ഒരു നടപടിയും ഉണ്ടായില്ല. ഇതേത്തുടർന്ന് തിരുവിതാംകൂർ ഈഴവ സഭ എന്ന പേരിൽ ഒരു സംഘടന രൂപീകരിക്കാൻ പല്പു തീരുമാനിച്ചു. ഈ സംഘടനയാണ് പിന്നീട് എസ് എൻ ഡി പി യോഗത്തിന്റെ ശാഖകളായി വികസിച്ചത്.

പതിനായിരത്തോളം ഈഴവർ ഒപ്പിട്ട ഒരു മെമ്മോറിയൽ ഈ സംഘടനയുടെ പേരിൽ രാജാവിന് സമർപ്പിക്കാനും തീരുമാനമായി. ഇതിന്റെ ഭാഗമായി പല്പു മൈസൂറിൽനിന്ന് അവധിയെടുത്ത് തിരുവിതാംകൂറിലെത്തുകയും മിക്ക താലൂക്കുകളിലും സഞ്ചരിച്ച് ഇതിനായി ഒപ്പു ശേഖരണം നടത്തുകയും ചെയ്തു. തന്റെ യാത്രയ്ക്കിടയിൽ അവകാശബോധത്തെക്കുറിച്ച് ജനങ്ങളോട് സംസാരിക്കുവാനും അദ്ദേഹം സമയം കണ്ടെത്തി. അക്കാലത്ത് കാളവണ്ടിയിലും വള്ളത്തിലും സഞ്ചരിച്ചാണ് പല പ്രദേശങ്ങളിലും പല്പു തന്റെ പ്രവർത്തനം വ്യാപിപ്പിച്ചത്. കിലോമീറ്ററുകൾ കാല്നടയായി നടന്ന് സാധാരണക്കാരുടെ ഇടയിൽ പ്രവർത്തിക്കാൻ പല്പുവിന് ഒരു മടിയും ഉണ്ടായിരുന്നില്ല. മൈസൂരിൽ ഉയർന്ന ജോലിയുള്ള ആളാണ് തിരുവിതാംകൂറിൽ അധസ്ഥിതരെ സംഘടിപ്പിക്കുന്ന പോരാളിയായി മാറിയത്.

ജനങ്ങളെ സംഘടിപ്പിക്കുന്നതിനിടയിൽ വായനയും എഴുത്തും പ്രസംഗവുമെല്ലാം സാമൂഹിക സേവനത്തിന്റെ ഭാഗമാക്കാൻ അദ്ദേഹത്തിന് കഴിഞ്ഞു. 19 മണിക്കൂർ പ്രവർത്തനവും 5 മണിക്കൂർ ഉറക്കവും എന്നതായിരുന്നു അദ്ദേഹത്തിന്റെ ദിനചര്യ. അക്കാലത്ത് സർക്കാരിനെ പ്രകോപിപ്പിക്കുന്ന നിവേദനങ്ങൾ ഒപ്പിട്ടുനല്കാൻ പലർക്കും മടിയായിരുന്നു. എന്നാൽ പല്പുവിന് സർക്കാരിനെ ഭയമില്ലായിരുന്നു. ഭയംമൂലം ഒപ്പിട്ടുനല്കാൻ മടിക്കുന്നവരോട് അദ്ദേഹം തങ്ങളുടെ അവകാശബോധത്തെക്കുറിച്ച് സംസാരിക്കും. അങ്ങനെ 13176 പേരുടെ ഒപ്പുകൾ ശേഖരിക്കാൻ പല്പുവിന് കഴിഞ്ഞു.

1896 സെപ്തംബർ 3 ന് ഇത്രയും ജനങ്ങൾ ഒപ്പിട്ട ഭീമഹർജി തയ്യാറാക്കി ശ്രീമൂലം തിരുനാൾ മഹാരാജാവിന് പല്പു സമർപ്പിച്ചു. ഇതാണ് കേരളത്തിന്റെ നവോത്ഥാന ചരിത്രത്തിലെ പ്രധാന അദ്ധ്യായമായി മാറിയ ഈഴവമെമ്മോറിയൽ (അനുബന്ധം കാണുക).

മലയാളി മെമ്മോറിയലിനേക്കാൾ അധികമായി ഈഴവ മെമ്മോറിയൽ 3139 ഒപ്പുകൾ ശേഖരിച്ചു. അതിന് പിന്നിൽ ഡോ. പല്പുവിന്റെ അക്ഷീണ പരിശ്രമം തന്നെയായിരുന്നു.

ഗ്രന്ഥകാരനും ലേഖകനും

സാമൂഹിക സമത്വത്തിനും നീതിക്കും വേണ്ടിയുള്ള പ്രക്ഷോഭത്തിൽ പ്രചാരണ പ്രവർത്തനങ്ങൾക്ക് വലിയ പ്രാധാന്യമുണ്ടെന്ന് പല്പു മനസ്സിലാക്കി. ഈഴവ മെമ്മോറിയലിനു മറുപടി ലഭിച്ചപ്പോൾ സർക്കാർ ഈഴവ സമുദായത്തിന്റെ വിദ്യാലയ പ്രവേശനത്തെയും ഉദ്യോഗലബ്ധിയെയും തടയുന്ന രേഖകളും മെമ്മോറിയലുകൾക്ക് കിട്ടിയ മറുപടികളും ചേർത്ത് ഡോ. പല്പു *ട്രീറ്റ്മെന്റ് ഓഫ് തീയ്യാസ് ഇൻ ട്രാവൻകൂർ (Treatment of Thiyas in Travancore)* എന്ന പുസ്തകം ഇംഗ്ലീഷിൽ പ്രസിദ്ധപ്പെടുത്തി. ഈ പുസ്തകം സർക്കാരിന് സമർപ്പിക്കുകയും ചെയ്തു. 1896 ലാണ് പല്പു ഈ പുസ്തകം പ്രസിദ്ധീകരിച്ചത്.

പുസ്തകം മലയാളത്തിലേക്ക് പരിഭാഷപ്പെടുത്തുന്നതിന് അദ്ദേഹം സി വി കുഞ്ഞിരാമനെ ഏല്പിച്ചു. അക്കാലത്ത് പല്പു വിവിധ പത്രങ്ങളിൽ ഇംഗ്ലീഷിൽ എഴുതിയിരുന്ന പല ലേഖനങ്ങളും മലയാളത്തിലേക്ക് പരിഭാഷപ്പെടുത്തി പ്രസിദ്ധീകരിച്ചത് സി വി കുഞ്ഞിരാമനായിരുന്നു.

ഡോ. പല്പുവിന്റെ പുസ്തകങ്ങൾ അച്ചടിച്ചത് പലരിൽനിന്നും സ്വീകരിച്ച സംഭാവനകൾകൊണ്ടായിരുന്നു. സി വി കുഞ്ഞിരാമൻ, പി എം രാമൻ, ടി സി രാമൻ എന്നിവരാണ് സംഭാവന പിരിച്ചെടുത്തത്. പുസ്തകങ്ങൾക്ക് വില വാങ്ങാൻ പാടില്ലെന്ന പല്പുവിന്റെ നിർദ്ദേശം മാനിച്ച് സൗജന്യമായാണ് പുസ്തകം വിതരണം ചെയ്തത്.

സമുദായങ്ങൾക്കിടയിൽ പല്പുവിന്റെ പുസ്തകത്തിന് വലിയ പ്രചാരം ലഭിച്ചു. ഈഴവരോടുള്ള സർക്കാരിന്റെ അനീതി വെളിച്ചത്തു കൊണ്ടുവരുന്നതിന് ഈ പുസ്തകം സഹായിച്ചു. തിരുവിതാംകൂറിന് പുറത്തുള്ളവർക്ക് പോലും ഇക്കാര്യം മനസ്സിലായത് പല്പുവിന്റെ പുസ്തകത്തിലൂടെയാണ്.

പല്പുവിന്റെ പുസ്തകത്തെക്കുറിച്ച് വിവേകോദയത്തിന്റെ പത്രാധിപരായിരിക്കുമ്പോൾ അതിന്റെ മുഖക്കുറിപ്പിൽ കുമാരനാശാൻ ഇങ്ങനെ എഴുതി:

> പത്തുകൊല്ലങ്ങൾക്കുമുമ്പ് ശങ്കരസുബ്ബയ്യർ അവർകളുടെ കാലത്താണ് ഡോ. പല്പു അവർകൾ *Treatment of Thiyas in Travancore* (തിരുവിതാംകൂർ ഗവൺമെന്റ് തീയ്യരോട് പ്രവർത്തിക്കുന്നത്) എന്ന തലവാചകത്തിൽ ഒരു പുസ്തകം പ്രസിദ്ധപ്പെടുത്തിയത്. അതിൽ പരിഷ്കൃത രാജ്യഭരണരീതി ആരംഭിച്ച കാലം അഥവാ സർ ടി മാധവരായരുടെ കാലം (1858–1872) തുടങ്ങി ഇംഗ്ലീഷ് വർഷം 1896 വരെയുള്ള പ്രസ്തുത സമുദായത്തിന്റെ അഭ്യുദയകാംക്ഷിയെയും ഗവൺമെന്റും മാറി മാറി വന്നിരുന്ന ദിവാൻജിമാരും അവരുടെ നേരെ ചെയ്തിട്ടുള്ള മാതൃകാ രാജ്യത്തിലെ ഹൃദയശ്യൂന്യവും സന്താനങ്ങൾക്ക് ചരിത്രമുള്ള കാലംവരെ അയശസ്കരവും ആയ കൃത്യങ്ങളെയുംപറ്റി വിശദമായി വായിക്കാവുന്നതാണ്.

കേരളത്തിന്റെ നവോത്ഥാനമുന്നേറ്റ ചരിത്രത്തിൽ അവഗണിക്കാനാവാത്ത പുസ്തകമാണിത്. സംവരണത്തിന്റെ ചരിത്രപരമായ കാരണങ്ങളെ പല്പുവിന്റെ ഈ പുസ്തകം പരിശോധിക്കുന്നുണ്ട്. 1888 ൽ ചില തിരുത്തലുകൾ വരുത്തി എൻ കെ ദാമോദരൻ ഈ പുസ്തകം പുനഃപ്രസിദ്ധീകരിച്ചു.

സാമൂഹിക പ്രവർത്തനങ്ങളോടൊപ്പം എഴുത്തിലും ഡോ. പല്പു ശ്രദ്ധ കൊടുത്തിരുന്നു. വിവിധ പത്രമാസികകളിലും മറ്റും അദ്ദേഹം പേരുവെച്ചും അല്ലാതെയും നിരവധി ലേഖനങ്ങൾ എഴുതിയിട്ടുണ്ട്. പല്പുവിലെ എഴുത്തുകാരനെക്കുറിച്ച് സി വി കുഞ്ഞിരാമൻ ഇങ്ങനെ എഴുതുന്നു:

> ഇംഗ്ലീഷ് പത്രങ്ങളിൽ ഡോക്ടർ എഴുതിയിട്ടുള്ള ലേഖനങ്ങൾക്ക് കണക്കില്ല. അവയിൽ മിക്കതും തർജ്ജമ ചെയ്തും ചിലതിന്റെ സാരാംശങ്ങളും മലയാളപത്രങ്ങളിൽ ഞാനുമെഴുതി. ഈഴവ സമുദായം പൊതുവിലും അവരിൽ വിദ്യാഭ്യാസമുള്ളവർ പ്രത്യേകിച്ചും മെമ്മോറിയലിൽ ഒപ്പിട്ടുകൊടുത്തതല്ലാതെ കൂടുതലായി പറയത്തക്ക സഹായമൊന്നും ഡോ. പല്പുവിന് ചെയ്തുകൊടുത്തിരുന്നില്ല. എന്നാൽ, പത്രക്കാരുടെയും ശ്രദ്ധ ഈ വിഷയത്തിലേക്ക് തിരിയുകയും അവരെല്ലാം അതിനെക്കുറിച്ച് മുഖപ്രസംഗങ്ങളും ലേഖനങ്ങളും പ്രസിദ്ധം ചെയ്യുകയും ഉണ്ടായി. *മദ്രാസ് മെയിൽ, മദ്രാസ് ടൈംസ്, ടൈംസ് ഓഫ് ഇന്ത്യ, ഹിന്ദു, മദ്രാസ് സ്റ്റാന്റേർഡ്, വെസ്റ്റേൺ സ്റ്റാർ, മലയാള മനോരമ, മലയാളി, കേരള സഞ്ചാരി* എന്നീ പ്രസിദ്ധീകരണങ്ങളാണ് ഇവയിൽ പ്രധാനപ്പെട്ടവ.

നിരവധി നിവേദനങ്ങൾ നല്കിയിട്ടും ഫലമില്ലാതെ വന്നതോടെ പല്പു ബ്രിട്ടീഷ് സർക്കാരിന്റെ സഹായം തേടാൻ തീരുമാനിച്ചു. കാര്യങ്ങളൊക്കെ മദ്രാസ് സർക്കാരിനെ ബോധിപ്പിച്ചെങ്കിലും തിരുവിതാംകൂർ സർക്കാർ കാര്യങ്ങളിൽ കൈകടത്താൻ വകുപ്പില്ലെന്ന് പറഞ്ഞ് അവിടത്തെ ഗവർണ്ണർ ഒഴിഞ്ഞുമാറി. എന്നാൽ വിശദവിവരങ്ങൾ കാണിച്ച് ഒരു മെമ്മോറിയൽ പല്പു മദ്രാസ് ഗവർണ്ണർക്ക് സമർപ്പിച്ചു. അദ്ദേഹം ഉടൻതന്നെ അത് തിരുവിതാംകൂർ സർക്കാരിന് കൈമാറുകയുംചെയ്തു. വേണ്ട ആനുകൂല്യങ്ങളെല്ലാം നല്കുന്നുണ്ടെന്ന മറുപടിയാണ് തിരുവിതാംകൂറിലെ ദിവാൻ മദ്രാസ് ഗവർണ്ണർക്ക് നല്കിയത്. ഇതുകൊണ്ടും പ്രശ്നങ്ങൾക്ക് പരിഹാരമായില്ല. ഇതിനെത്തുടർന്ന് ഇന്ത്യൻ വൈസ്രോയി കഴ്സൺ പ്രഭുവിനെ മൈസൂരിൽ ചെന്ന് കണ്ട് കാര്യങ്ങൾ ബോധിപ്പിക്കാൻ അദ്ദേഹം തീരുമാനിച്ചു. അതിനായി ഒരു മെമ്മോറാണ്ടവും തയ്യാറാക്കി അയച്ചു. ഇത് വായിച്ച കഴ്സൺ പ്രഭുവിന്റെ പ്രൈവറ്റ് സെക്രട്ടറി മെമ്മോറാണ്ടത്തിന്റെ അച്ചടിച്ച മൂന്നു കോപ്പികൾ സമർപ്പിക്കാൻ ആവശ്യപ്പെട്ടു.

വൈസ്രോയിയെ നേരിട്ടുകണ്ട് കാര്യം ബോധിപ്പിക്കണമെന്ന് പല്പു പ്രൈവറ്റ് സെക്രട്ടറിയോട് പറഞ്ഞു. പല്പുവിന്റെ നിർബ്ബന്ധത്തിന് വഴങ്ങി അഞ്ചു മിനിട്ട് വൈസ്രോയിയുമായി സംസാരിക്കാൻ അനുവദിക്കാമെന്ന് സെക്രട്ടറി അറിയിച്ചപ്പോൾ പത്തുമിനിട്ട് വേണമെന്ന് പല്പു ആവശ്യപ്പെട്ടു. അങ്ങനെ വൈസ്രോയിയുമായുള്ള കൂടിക്കാഴ്ചയ്ക്ക് പല്പുവിന് അവസരം ലഭിച്ചു.

പല്പു വൈസ്രോയിയോട് പറഞ്ഞു:

> ഞങ്ങൾ അനേക ലക്ഷം പേരുണ്ട്. ഞങ്ങളെല്ലാം ബ്രിട്ടീഷ് ഗവൺമെന്റിന്റെ പ്രജകളാണ്. ബ്രിട്ടീഷ് ഗവൺമെന്റിനോട് ഏറ്റവും ഭക്തിയുള്ളവരുമാണ്. എന്നാൽ ഞങ്ങൾ അനുഭവിക്കുന്ന കഷ്ടതകൾ മൃഗങ്ങളെപ്പോലും ലജ്ജിപ്പിക്കുന്നതാണ്. വിദ്യാലയങ്ങളിൽ പ്രവേശനമില്ല, ശിപായിയുടെ ജോലി പോലും കിട്ടുന്നില്ല, പൊതുനിരത്തുകളിൽ സഞ്ചരിക്കാൻ അവകാശമില്ല, അമ്പലങ്ങളും കുളങ്ങളും വഴികളും നിഷേധിച്ചിരിക്കുന്നു. ഞങ്ങളെ രക്ഷിക്കണം.

പല്പുവിന്റെ ഇംഗ്ലീഷിലുള്ള സംസാരം കേട്ടപ്പോൾ വൈസ്രോയിക്ക് അത്ഭുതമായി. തന്റെ മുന്നിൽ നില്ക്കുന്നത് വളരെയധികം അറിവുള്ളയാളാണെന്ന് വൈസ്രോയിക്ക് മനസ്സിലായി.

താങ്കൾ പറഞ്ഞതെല്ലാം മതസംബന്ധമായ കാര്യങ്ങളാണ്. ഇതു സംബന്ധിച്ച് ഞങ്ങൾക്ക് ഒന്നും ചെയ്യാൻ കഴിയില്ല. നിങ്ങളുടെ നാട് ഭരിക്കുന്ന രാജാവാണ് അതിന് പരിഹാരം കാണേണ്ടത്. അതുകൊണ്ട് രാജാവിന് നിവേദനം സമർപ്പിക്കണമെന്ന് കഴ്സൺ പ്രഭു പറഞ്ഞു.

രാജാവിന് നിരവധി നിവേദനങ്ങൾ സമർപ്പിച്ചതാണെന്നും അതു

കൊണ്ട് യാതൊരു ഫലവും ലഭിക്കാത്തതുകൊണ്ടാണ് ഇവിടെ വന്നതെന്നും പല്പു അറിയിച്ചു. ഇതുവരെ ഞങ്ങൾ സംഘടിക്കാതിരുന്നത് രാജാവിനെ ഭയന്നിട്ടല്ലെന്നും ബ്രിട്ടീഷ് ഗവൺമെന്റിനെ ബഹുമാനിച്ചിട്ടാണെന്നും പറഞ്ഞു.

വൈസ്രോയിയുമായുള്ള സംഭാഷണം ഇരുപത്തി അഞ്ച് മിനിട്ടോളം നീണ്ടു. എന്നാൽ പ്രശ്നത്തിന് ഒരു പരിഹാരവുമുണ്ടായില്ല. പിന്നീട് കുറെക്കാലം കഴിഞ്ഞ് വൈസ്രോയി തിരുവിതാംകൂർ സന്ദർശിച്ച സമയത്ത് അന്നത്തെ രാജാവായിരുന്ന ശ്രീമൂലം തിരുനാളുമായി പല്പു ഉന്നയിച്ച കാര്യങ്ങൾ സംസാരിച്ചു. എല്ലാവരോടും ഒരു പോലെയാണ് താൻ പെരുമാറുന്നതെന്ന് രാജാവ് കഴ്സൺ പ്രഭുവിനെ അറിയിച്ചു.

പല്പു വീണ്ടും പലതവണ രാജാവിനും ദിവാനും നിവേദനങ്ങൾ നല്കിയെങ്കിലും അവയൊന്നും പുറത്തുകാണിക്കാതിരിക്കാനാണ് അവർ ശ്രമിച്ചത്. അന്ന് രാജാവിന്റെ നിയമോപദേഷ്ടാവായിരുന്ന സർ സി പി രാമസ്വാമി അയ്യരെ കണ്ട് പല്പു കാര്യങ്ങൾ ബോധിപ്പിച്ചിട്ടും ഫലമൊന്നും ഉണ്ടായില്ല. അങ്ങേക്ക് സചിവോത്തമൻ എന്ന പദവി നല്കിയിരിക്കുന്നത് രാജകല്പനകൾ നടപ്പാക്കാതിരിക്കാനാണോ എന്ന് പല്പു സി പിയോട് ചോദിച്ചു.

നിവേദനങ്ങൾ കൊടുത്തതുകൊണ്ടൊന്നും തന്റെ ജനതയ്ക്ക് സാമൂഹ്യപദവിയും പരിഗണനയും ലഭിക്കില്ലെന്ന് പല്പു മനസ്സിലാക്കി. ഇനി പ്രക്ഷോഭം തന്നെയാണ് അനിവാര്യമെന്ന് പല്പു തീർച്ചയാക്കി. പൂനെയിൽ നടന്ന ഇന്ത്യൻ നാഷണൽ സോഷ്യൽ കോൺഗ്രസിൽ *മദ്രാസ് സ്റ്റാന്റേർഡിന്റെ* പത്രാധിപരായിരുന്ന ജി പി പിള്ളയെക്കൊണ്ട് ഒരു പ്രസംഗം നടത്തിപ്പിക്കുവാൻ പല്പുവിന് കഴിഞ്ഞു. അധസ്ഥിത ജനതയുടെ അവസ്ഥയെപ്പറ്റിയും തിരുവിതാംകൂറിലെ രാഷ്ട്രീയ കാലാവസ്ഥയെപ്പറ്റിയുമാണ് ജി പി പിള്ള പ്രസംഗിച്ചത്. ബ്രിട്ടീഷ് പാർലമെന്റിൽ അവർണ്ണരുടെ സാമൂഹിക പ്രശ്നങ്ങൾ അവതരിപ്പിക്കുന്നതിന് ജി പി പിള്ളയെ പല്പു ചുമതലപ്പെടുത്തുകയും ചെയ്തു. ഇതിനായി പാർലമെന്റ് അംഗങ്ങളെ സ്വാധീനിക്കേണ്ടതുണ്ട്. അങ്ങനെയാണ് സ്വാമി വിവേകാനന്ദന്റെ ശിഷ്യയായ സിസ്റ്റർ നിവേദിതയെ പല്പു പരിചയപ്പെടുന്നത്.

സ്വാമി വിവേകാനന്ദനുമായി ഡോ. പല്പുവിന് അടുത്ത ബന്ധമുണ്ടായിരുന്നു. ഈ ബന്ധം തന്റെ സാമൂഹിക പ്രവർത്തനത്തിൽ ഏറെ ഗുണകരമായി ഭവിച്ചു. വിവേകാനന്ദൻ മൈസൂരിലും ബാംഗ്ലൂരിലും താമസിച്ചിരുന്ന സന്ദർഭത്തിലാണ് പല്പു അദ്ദേഹവുമായി കൂടിക്കാഴ്ച നടത്തുന്നത്. കേരളത്തെ ഭ്രാന്താലയമെന്ന് വിവേകാനന്ദൻ വിശേഷിപ്പിക്കുന്നത് പല്പുവിന്റെ വാക്കുകളിലൂടെ ലഭിച്ച ശരിയായ അറിവുകളിൽനിന്നും അന്വേഷണങ്ങളിൽനിന്നുമാണ്. വിവേകാനന്ദന്റെ ആദർശങ്ങളും പ്രവർത്തനങ്ങളും പല്പുവിനെ ആഴത്തിൽ സ്വാധീനിച്ചു. അദ്ദേഹത്തിന്റെ കൃതിയായ *രാജയോഗം* പരിഭാഷപ്പെടുത്താൻ പല്പു കുമാരനാശാനോട് ആവശ്യപ്പെട്ടിരുന്നു. മതങ്ങളെക്കുറിച്ചും ഇന്ത്യൻ ദർശനങ്ങളെക്കുറിച്ചും

ഡോക്ടർ പഠിക്കുന്നത് വിവേകാനന്ദനുമായുള്ള സമ്പർക്കത്തിലൂടെയാണ്. പിന്നീട് എസ് എൻ ഡി പിയുടെ മുഖപത്രത്തിന് *വിവേകോദയം* എന്നും അത് അച്ചടിച്ചിരുന്ന പ്രസിന് ആനന്ദ് എന്നും പേരിട്ടത് അദ്ദേഹത്തിന് വിവേകാനന്ദനോടുള്ള ആദരവിന്റെ ഭാഗമായിരുന്നു.

വിവേകാനന്ദന്റെ ശിഷ്യയായ സിസ്റ്റർ നിവേദിതയ്ക്ക് ഇംഗ്ലണ്ടിലെ ബ്രിട്ടീഷ് പാർലമെന്റ് അംഗങ്ങളുമായി നല്ല ബന്ധമുണ്ടായിരുന്നു. പാർലമെന്റിൽ ചോദ്യങ്ങൾ ഉന്നയിക്കണമെങ്കിൽ അംഗങ്ങളെ സ്വാധീനിക്കേണ്ടത് ആവശ്യമായിരുന്നു. അതുകൊണ്ട് പല്പു സ്വാമി വിവേകാനന്ദനിൽനിന്ന് സിസ്റ്റർ നിവേദിതയ്ക്ക് കൊടുക്കാനുള്ള കത്ത് ജി പി പിള്ളയ്ക്ക് കൊടുത്തു. ഈ കത്തുമായി ജി പി പിള്ള ഇംഗ്ലണ്ടിലെത്തി നിവേദിതയെ കണ്ടു. അവർ പാർലമെന്റ് അംഗങ്ങളെ അദ്ദേഹത്തിന് പരിചയപ്പെടുത്തി. അങ്ങനെ നിവേദിതയുടെ സഹായത്തോടെ തിരുവിതാംകൂറിലെ പ്രശ്നങ്ങൾ ബ്രിട്ടീഷ് പാർലമെന്റിൽ ചർച്ചചെയ്യപ്പെട്ടു.

ഇതേത്തുടർന്ന് ഇന്ത്യാ സ്റ്റേറ്റ് സെക്രട്ടറി പല്പു ഉന്നയിച്ച പ്രശ്നങ്ങൾ അന്വേഷിക്കാമെന്ന് ഉറപ്പുനല്കി. പല്പു ഉപരിപഠനത്തിനായി ഇംഗ്ലണ്ടിൽ പോയ അവസരത്തിലും അന്ന് ബ്രിട്ടീഷ് പാർലമെന്റ് അംഗമായിരുന്ന ദാദാഭായ് നവറോജിയെക്കൊണ്ട് തന്റെ സമൂഹത്തിന്റെ പ്രശ്നങ്ങൾ പാർലമെന്റിൽ അവതരിപ്പിച്ചിരുന്നു. അദ്ദേഹത്തോടൊപ്പം പോയി ഇന്ത്യ സ്റ്റേറ്റ് സെക്രട്ടറിക്ക് പല്പു നിവേദനം കൊടുക്കുകയും ചെയ്തിരുന്നു.

പല്പുവിന്റെ പ്രവർത്തനങ്ങളുടെ ഫലമായി; തിരുവിതാംകൂർ ഗവൺമെന്റിനോട് ഈഴവസമുദായത്തിന്റെ പ്രശ്നങ്ങൾ എന്താണെന്ന് അറിയിക്കണമെന്ന് ബ്രിട്ടീഷ് പാർലമെന്റ് ആവശ്യപ്പെട്ടു. ഇത്തരം നിരന്തരമായ അന്വേഷണങ്ങൾ ബ്രിട്ടീഷ് പാർലിമെന്റിൽനിന്ന് വന്നതോടെ തിരുവിതാംകൂർ സർക്കാരിന് തങ്ങളടെ നയങ്ങളിൽ മാറ്റം വരുത്തേണ്ടിവന്നു. ഇതോടെ ഈഴവർക്ക് സകൂൾ പ്രവേശനം, സർക്കാർ നിയമനം, പ്രജാസഭയിൽ പ്രാതിനിദ്ധ്യം എന്നിവ ലഭിച്ചു. പല്പുവിന്റെ നിശ്ചയദാർഢ്യത്തോടെയുള്ള പ്രവർത്തനങ്ങളാണ് ഇത്തരത്തിലുള്ള തീരുമാനങ്ങളെടുക്കാൻ തിരുവിതാംകൂർ സർക്കാരിനെ പ്രേരിപ്പിച്ചത്.

ശ്രീനാരായണഗുരുവും ഡോ. പല്പുവും

കേരളത്തിലെ നവോത്ഥാനമുന്നേറ്റങ്ങൾക്ക് ദിശാബോധം നല്കിയതിൽ പ്രഥമസ്ഥാനമാണ് ശ്രീനാരായണ ഗുരുവിനുള്ളത്. നാരായണഗുരുവിന് മുമ്പ് വ്യത്യസ്ത സ്ഥലകാല സന്ദർഭങ്ങളിൽ നവോത്ഥാനശ്രമങ്ങൾ നടക്കുന്നുണ്ടെങ്കിലും അതിനെ ചലനാത്മകമാക്കുകയും കേരളത്തിന്റെ പൊതുമണ്ഡലത്തിലേക്ക് കൊണ്ടുവരികയും ചെയ്തു എന്നതാണ് നാരായണഗുരുവിന്റെ പ്രത്യേകത. 1888 ലെ അരുവിപ്പുറം പ്രതിഷ്ഠ കേരളത്തിന്റെ സാമൂഹിക-സാംസ്കാരിക ചരിത്രത്തെ മാറ്റിമറിച്ച സംഭവമാണ്. അത് നിലനില്ക്കുന്ന ബ്രാഹ്മണപൗരോഹിത്യത്തെയും ജാതിമേധാവിത്വത്തെയും വെല്ലുവിളിച്ചു. നാരായണ ഗുരുവിന്റെ ഇത്തരത്തിലുള്ള വിപ്ലവാത്മകമായ ഇടപെടലുകൾ മലയാളക്കരയിൽ വലിയ സംവാദങ്ങൾ തുറന്നിട്ടു. പല്പുവിനെപ്പോലുള്ളവർ നവോത്ഥാനത്തിന്റെ പൊതുധാരയിലേക്ക് പ്രവേശിക്കുന്നത് നാരായണഗുരുവിന്റെ ഇത്തരം ഇടപെടലുകളുടെ പ്രചോദനത്തിൽനിന്നാണ്.

ശ്രീനാരായണഗുരുവും പല്പുവുമായുള്ള ബന്ധം ദാർശനികമായ സംവാദങ്ങളിൽ മാത്രം ഒതുങ്ങി നിന്നില്ല. അത് പ്രയോഗവുമായി കണ്ണി ചേർക്കപ്പെടുകയും ചരിത്രത്തിന്റെ ഗതിമാറ്റിയ ഒരു മഹാ പ്രസ്ഥാനത്തിന്റെ പിറവിക്ക് കാരണമാവുകയും ചെയ്തു.

ഡോ. പല്പുവിന്റെ കുടുംബം നാരായണഗുരുവിന്റെ ദർശനങ്ങളോടും ആദർശങ്ങളോടും താല്പര്യമുള്ളവരായിരുന്നു. ഡോ. പല്പു മൈസൂർ സർക്കാരിന്റെ കീഴിൽ ആരോഗ്യവകുപ്പിൽ മെഡിക്കൽ ഓഫീസറായിരിക്കുമ്പോഴും മറ്റ് പല അവസരങ്ങളിലും നാരായണഗുരുവുമായി ബന്ധപ്പെടുകയും സംഭാഷണങ്ങളിൽ ഏർപ്പെടുകയും ചെയ്തിരുന്നു. അതുകൊണ്ടുതന്നെ ഗുരുവിന്റെ ആദർശങ്ങളുമായി കൂടുതൽ അടുക്കു

വാനും അത് പ്രാവർത്തികമാക്കാനും പരിശ്രമിച്ചതിൽ പ്രഥമ സ്ഥാന മാണ് പല്പുവിനുള്ളത്.

1903 ൽ ഗുരു പല്പുവിന്റെ കുടുംബവീട്ടിൽ സന്ദർശനം നടത്തു ന്നുണ്ട്. അന്ന് പല്പു ഭാര്യയും കുട്ടികളുമൊത്ത് ഗുരുവിനെ സന്ദർശിച്ചിരുന്നു. അതുപോലെ 1910 ൽ വർക്കല ശിവഗിരിയിലെത്തി പല്പുവും കുടുംബവും നാരായണഗുരുവിനെ കണ്ട്. പല്പുവിന്റെ ഇളയ കുട്ടിക്ക് പേരിടുന്നതിനായിരുന്നു അവർ ഗുരുവിന്റെ അടുത്തെത്തിയത്. കുട്ടി ജനിച്ചിട്ട് ഏതാനും ദിവസങ്ങളേ ആയിരുന്നുള്ളൂ. ലളിതമായ ഒരു ചടങ്ങാണ് അവിടെ നടന്നത്.

പിന്നീട് 1914 ലും കുടുംബവുമൊത്ത് പല്പു നാരായണഗുരുവിനെ സന്ദർശിച്ചിട്ടുണ്ട്. പല്പുവും കുടുംബവുമായി സംസാരിക്കുന്നതിന് ഗുരു ഒന്നിൽക്കൂടുതൽ തവണ ബാംഗ്ലൂരിലെ വീട്ടിൽ പോകാറുണ്ടായിരുന്നു. 1915 ൽ ഗുരു ശിഷ്യന്മാരുമായി അഞ്ച് ദിവസം പല്പുവിന്റെ ബാംഗ്ലൂ രിലെ വീട്ടിൽ താമസിച്ചു. ബാൺ പാർക്ക് ഹൈഗ്രൗണ്ടിലായിരുന്നു അന്ന് പല്പുവിന്റെ കുടുംബം താമസിച്ചിരുന്നത്.

മലയാളിമെമ്മോറിയൽ പ്രക്ഷോഭണത്തിന്റെ ഭാഗമായി പല്പു കുറെക്കാലം തിരുവിതാംകൂറിൽ താമസിക്കുന്ന ഘട്ടത്തിലാണ് അദ്ദേഹം നാരായണഗുരുവുമായി കൂടുതൽ അടുക്കുന്നത്. പിന്നീട് ആ ബന്ധം ദൃഢമായി വളർന്നു. സ്വാമി വിവേകാനന്ദനുമായി നടന്ന കൂടിക്കാഴ്ചയ്ക്ക് ശേഷമാണ് പല്പു ഗുരുവുമായി അടുത്ത ബന്ധം സ്ഥാപിക്കുന്നത്. ഗുരു വുമായി ആഴത്തിലുള്ള ബന്ധം ഉണ്ടായതോടെ ഗുരുവിന്റെ ദർശനങ്ങൾ പ്രാവർത്തികമാക്കുന്നതിനായിരുന്നു പിന്നീടുള്ള അദ്ദേഹത്തിന്റെ പ്രവർത്തനങ്ങൾ. തന്റെ ആത്മീയ ഗുരുവായാണ് പല്പു ഗുരുവിനെ കണ്ടത്.

സമൂഹത്തിൽനിന്ന് ഒളിച്ചോടുന്നതിന് പകരം മനുഷ്യനന്മയ്ക്കായി പ്രവർത്തിക്കണമെന്ന് നാരായണഗുരു പലപ്പോഴും പല്പുവിനോട് പറ യാറുണ്ടായിരുന്നു. നാരായണഗുരുവിനോട് ഏറ്റവും അടുത്ത സുഹൃത്തി നോടെന്നപോലെ പെരുമാറാൻ കഴിയുന്ന വ്യക്തിയായിരുന്നു ഡോ. പല്പു. പ്രൊഫ എം കെ സാനു പല്പുവും നാരായണഗുരുവും തമ്മി ലുള്ള ബന്ധത്തെക്കുറിച്ച് ഇങ്ങനെ എഴുതുന്നു:

> സ്വാമിക്ക് ഡോ. പല്പുവിനോട് അതിരറ്റ സ്നേഹാദരങ്ങൾ ഉണ്ടാ യിരുന്നു. എന്തും വെട്ടിത്തുറന്നു പറയുന്ന ഡോക്ടർ സാധാരണ ഗതിയിലുള്ള വക്രതയ്ക്കും കളങ്കത്തിനും അതീതനാണെന്ന് സ്വാമി വേഗം മനസ്സിലാക്കി. സ്വാമി ഇപ്പോൾ വെറും കള്ളപ്പട്ടരെ പ്പോലെ ആയിത്തീർന്നു എന്നുവരെ സ്വാമിയുടെ മുഖത്തുനോക്കി രോഷപരിഹാസത്തോടെ ഡോക്ടർ പറഞ്ഞ സന്ദർഭങ്ങൾ ഉണ്ടാ യിട്ടുണ്ട്. സ്വാമി മന്ദസ്മിതപൂർവ്വം ചോദ്യകർത്താവിനെ കടാക്ഷി ക്കുക മാത്രം ചെയ്യും. പരുഷമായ വാക്കുകളുടെ പിന്നിൽ

> പ്രവർത്തിക്കുന്ന നിർമ്മലമായ ആ മനസ്സുകാണാൻ ക്രാന്തദർശിയായ ഗുരുവിന് ഒട്ടും പ്രയാസമുണ്ടായില്ല. അങ്ങനെ സ്വാമിയെ സന്ദർശിക്കുന്ന സമയങ്ങളിൽ കുമാരനാശാനോടും മറ്റും ചേർന്ന് സമുദായ പരിഷ്കരണത്തെക്കുറിച്ച് ഡോക്ടർ ആലോചിച്ചിരുന്നു.

കേവലമായ ഗുരുശിഷ്യബന്ധമായിരുന്നില്ല അവർ തമ്മിൽ ഉണ്ടായിരുന്നത് എന്നാണ് ഇതിൽനിന്ന് മനസ്സിലാക്കാനാവുന്നത്.

ആലുവാ അദ്വൈതാശ്രമത്തിൽ നാരായണഗുരു എത്തുന്ന സമയത്തൊക്കെ പല്പു അവിടെ എത്തി ഗുരുവിനെ നേരിൽ കാണുകയും സംസാരിക്കുകയും ചെയ്തിരുന്നു. മൈസൂർ സർക്കാർ സർവ്വീസിൽനിന്ന് പിരിഞ്ഞതിനുശേഷം നാരായണഗുരുവുമായി ചേർന്ന് പ്രവർത്തിക്കാൻ പല്പു തയ്യാറായി. ആലുവാ അദ്വൈതാശ്രമത്തിനടുത്ത് ഹിൽ സൈഡ് എന്ന വീട്ടിലായിരുന്നു പല്പുവും കുടുംബവും താമസിച്ചിരുന്നത്. ആശ്രമത്തിലെ സന്ന്യാസിമാരും നാരായണഗുരുവും പരിഹാരം കാണേണ്ട കാര്യങ്ങളിൽ പല്പു ഇടപെടുകയും തീരുമാനങ്ങൾ എടുക്കുകയും ചെയ്തു. എന്നാൽ, ആശ്രമത്തിൽ താമസിച്ചിരുന്നവർക്ക് പല്പുവിന്റെ ഇടപെടൽ ഇഷ്ടമായില്ല. പലരും പരാതിയുമായി നാരായണഗുരുവിനെ സമീപിച്ചു. എന്നാൽ ആശ്രമ കമ്മിറ്റിയെ താക്കീത് ചെയ്യുകയാണ് ഗുരു ചെയ്തത്. ഇതു സംബന്ധിച്ച് നാരായണഗുരു ഇങ്ങനെയാണ് പറഞ്ഞത്:

> ആദ്യകാലം മുതൽ പൊതുകാര്യങ്ങളിൽ വേണ്ട ശ്രമവും ചെലവും ചെയ്തുവരുന്നതും, എല്ലാവർക്കും അറിയാവുന്നതും, ഇപ്പോഴും പൊതുജനനന്മയ്ക്കായി ധർമ്മസ്ഥാപനങ്ങൾ നടത്തുവാൻ ഉത്തരവാദിത്വം സ്വയം ഏറ്റെടുത്ത് പ്രവർത്തിക്കുകയും, അദ്ദേഹത്തിന്റെ കുട്ടികളും അതിലേക്ക് വേണ്ട ശ്രമങ്ങളും നടത്തിവരികയാണല്ലോ? അദ്വൈതാശ്രമവും പൊതുജനനന്മ ലാക്കാക്കി ഉള്ളതുതന്നെ. ഇനിമേലാൽ ആശ്രമ കമ്മിറ്റിയോ നിങ്ങളിൽ ആരെങ്കിലുമോ ഡോക്ടറുടെ അറിവും സമ്മതവും കൂടാതെ യാതൊന്നും പറയുകയോ പ്രവർത്തിക്കുകയോ ചെയ്യരുതെന്ന് മാത്രമല്ല, നമ്മെക്കൊണ്ട് എന്തെങ്കിലും ആവശ്യമുണ്ടെന്ന് വരികിൽ അവ ഇനിമേൽ ഡോക്ടർ മുഖാന്തരം അറിയിക്കേണ്ടതുമാകുന്നു.

പല്പുവിനെക്കുറിച്ച് നാരായണ ഗുരുവിനുള്ള മതിപ്പും സ്നേഹവുമാണ് ഈ വാക്കുകളിൽ പ്രതിഫലിക്കുന്നത്. 1928 സെപ്തംബർ 20 ന് നാരായണഗുരു സമാധിയായി. പല്പുവിന് ഈ വേർപാട് താങ്ങാവുന്നതിലും അപ്പുറമായിരുന്നു. സമാധിയെത്തുടർന്ന് എസ് എൻ ഡി പിയുടെ നേതൃത്വത്തിൽ ഒരു വിശേഷാൽ സമ്മേളനം കൊല്ലത്തുനടന്നു. അതിന്റെ അദ്ധ്യക്ഷൻ പല്പുവായിരുന്നു. ഗുരുവിന്റെ ചിത്രം മേശപ്പുറത്തുവച്ചുകൊണ്ടാണ് അദ്ദേഹം സമ്മേളനത്തിന് തുടക്കംകുറിച്ചത്. അവിടെ പല്പു നടത്തിയ പ്രസംഗം വികാരനിർഭരമായിരുന്നു:

സഹോദരീ സഹോദരന്മാരേ...

> സൂര്യൻ അസ്തമിച്ചിരിക്കുന്നു. എന്നാൽ സൂര്യൻ മുമ്പ് ഉദിച്ചതാണല്ലോ. സൂര്യൻ അസ്തമിക്കുമ്പോൾ അത് മറഞ്ഞുപോകുന്നതേയുള്ളൂ. എന്നാൽ, സൂര്യൻ യഥാർത്ഥത്തിൽ ഉദിക്കുകയോ അസ്തമിക്കുകയോ ചെയ്യുന്നില്ല. സൂര്യൻ സദാ പ്രകാശിച്ചുകൊണ്ട് തന്നെ ഇരിക്കുന്നു. ഉദിക്കുന്നതായും അസ്തമിക്കുന്നതായും തോന്നുന്നതാണ്. സൂര്യൻ അസ്തമിക്കുമ്പോൾ നാം ഇരുട്ടിലാണ്. അപ്പോൾ വിളക്കുതെളിയുന്നു. വെളിച്ചം സൗരോർജ്ജമാണെന്ന് നമുക്കറിയാം. വിളക്ക് തെളിക്കാതിരിക്കുമ്പോൾ ചുറ്റും ഇരുട്ടാണെന്ന് തിരിച്ചറിയുന്നു. സൂര്യൻ ഉദിക്കുന്നതോ അസ്തമിക്കുന്നതോ അല്ല പ്രശ്നം. ഉള്ളിന്റെ ഉള്ളിലുള്ള പ്രകാശം ബോദ്ധ്യപ്പെടുകയാണ് വേണ്ടത്. ധർമ്മരാജ്യത്ത് ഇന്നും നാം അടിച്ചമർത്തപ്പെട്ടവരായിത്തന്നെ തുടരുന്നു. സ്വാമി സമാധിയായെന്ന് നാം വിചാരിക്കുന്നുണ്ടെങ്കിലും ആ മഹാത്മാവ് നമ്മുടെ ഇടയിൽ പ്രകാശിച്ചുകൊണ്ട് തന്നെ ഇരിക്കുന്നു. നാം നാനാ ജാതി മതങ്ങളിൽപ്പെട്ടവരാണെങ്കിലും നമുക്ക് സത്യം ഒന്നേ ഉള്ളൂ. സൂര്യ ചന്ദ്രന്മാരുള്ള കാലംവരെ സ്വാമി തന്നെ യോഗത്തിന്റെ അദ്ധ്യക്ഷൻ. (*ഡോ. പല്പുവിന്റെ കഥ*)

പ്രസംഗത്തിനുശേഷം ഗുരുവിന്റെ ചില സന്ദേശങ്ങൾ പല്പു വായിക്കുകയും ചെയ്തു. ശ്രീനാരായണഗുരുവും പല്പുവും തമ്മിലുള്ള ബന്ധം കേരളത്തിന്റെ നവോത്ഥാനചരിത്രത്തിന്റെ ഭാഗമായിരുന്നു. അവരുടെ ജീവിതവും പോരാട്ടവും കേരളത്തിന്റെ സാമൂഹിക പുരോഗതിയിൽ ഒട്ടൊന്നുമല്ല സ്വാധീനിച്ചത്.

കുമാരനാശാനും പല്പുവും

മലയാളത്തിന്റെ മഹാകവി കുമാരനാശാനും പല്പുവും തമ്മിലുള്ള ബന്ധം കേരളനവോത്ഥാന ചരിത്രത്തിലെ തിളങ്ങുന്ന അദ്ധ്യായങ്ങളിലൊന്നാണ്. കുമാരനാശാന് കുട്ടിക്കാലം മുതല്ക്കേ ശ്രീനാരായണഗുരുവുമായി അടുത്ത ബന്ധമുണ്ടായിരുന്നു. കുമാരനാശാന്റെ കുടുംബവുമായി ഗുരു ബന്ധം പുലർത്തിയിരുന്നു. ആശാന്റെ കഴിവുകൾ ഗുരു കുട്ടിക്കാലത്തേ തിരിച്ചറിഞ്ഞിരുന്നു. ചെറുപ്പത്തിൽ ആശാൻ എഴുതിയ കൃതികൾ ഗുരു വായിക്കുകയും അഭിനന്ദിക്കുകയും ചെയ്തിരുന്നു.

1891 ൽ തന്റെ പതിനേഴാമത്തെ വയസ്സിൽ ആശാന്റെ ജീവിതത്തിൽ ഒരു വഴിത്തിരിവുണ്ടായി. ആശാന്റെ പിതാവ് നാരായണന്റെ ക്ഷണപ്രകാരം ഗുരു അവരുടെ വീട്ടിലെത്തി. ഇത് ആശാനും ഗുരുവും തമ്മിലുള്ള ചരിത്ര പ്രസിദ്ധമായ ഒരു കൂടിക്കാഴ്ചയായി മാറി. തന്നോടൊപ്പം അരുവിപ്പുറത്തേക്ക് വരാൻ സമ്മതമാണോ എന്ന് ഗുരു ആശാനോട് ചോദിച്ചു. സമ്മതമാണെന്നായിരുന്നു ആശാന്റെ മറുപടി. അങ്ങനെ മാതാപിതാക്കളുടെ സമ്മതത്തോടെ ആശാൻ ഗുരുവിനോടൊപ്പം അരുവിപ്പുറത്തേക്ക് യാത്രയായി. (*കുമാരനാശാൻ കവിതയും ജീവിതവും,* രാജേഷ് ചിറപ്പാട്, ചിന്ത പബ്ലിഷേഴ്സ്)

ആശാൻ അരുവിപ്പുറത്ത് താമസിക്കുന്ന സമയത്ത് ഡോ. പല്പു നാരായണഗുരുവുമായി കൂടിക്കാഴ്ച നടത്തുന്നുണ്ട്. ഈ സമയത്ത് സി വി കുഞ്ഞിരാമൻ ഡോ. പല്പുവിനെ കാണാൻ അവിടെയെത്തി. മയ്യനാട്ട് വിദ്യാവിലാസിനി സഭാക്കാർ നല്കിയ സന്ദേശപത്രം ഏല്പിക്കാനായിരുന്നു അദ്ദേഹം എത്തിയത്. ഈഴവർ അനുഭവിക്കുന്ന സാമൂഹിക പ്രശ്നങ്ങളെക്കുറിച്ച് എഴുതിയ നിവേദനമായിരുന്നു അത്. മലയാളി മെമ്മോറിയൽ സമർപ്പിക്കുന്നതിനുള്ള തയ്യാറെടുപ്പിൽ ഇരിക്കുമ്പോഴാണ്

പല്പുവിന് ഇത് ലഭിച്ചത്. നിരവധി വിഷയങ്ങൾ സംസാരിച്ചതിന്റെ കൂട്ടത്തിൽ ആശാന്റെ ഉപരിപഠനത്തെ സംബന്ധിച്ചും ചർച്ചയായി. ബുദ്ധിമാന്മാരായ യുവാക്കളെ തന്റെ കൂടെ വിട്ടാൽ വേദവും മറ്റും പഠിപ്പിക്കാമെന്ന് നേരത്തേതന്നെ പല്പു ഗുരുവിനോട് പറയാറുണ്ടായിരുന്നു. ചർച്ചകൾക്കൊടുവിൽ ഉപരിപഠനം ഏറ്റെടുക്കാൻ പല്പു സമ്മതിച്ചു.

പല്പുവിനൊപ്പം ബാംഗ്ലൂരിലേക്ക് പോകാൻ ആശാനെ റെയിൽവേ സ്റ്റേഷനിൽ കൊണ്ടുവിട്ടത് നാരായണഗുരുവായിരുന്നു. കുമാരനാശാന് അന്ന് 22 വയസ്സായിരുന്നു. ഗുരുവിനോട് യാത്ര പറയുമ്പോൾ ആശാന്റെ കണ്ണുകൾ നിറഞ്ഞുതുളുമ്പി.

ആശാൻ മലയാളത്തിലും സംസ്കൃതത്തിലും നല്ല അറിവ് സമ്പാദിച്ചിരുന്നു. തന്റെ കുടുംബത്തിലെ ഒരംഗത്തെപ്പോലെയാണ് പല്പു ആശാനെ കരുതിയത്. പല്പുവിന്റെ ശ്രമഫലമായി ബാംഗ്ലൂരിലെ ശ്രീചാമരാജേന്ദ്ര സംസ്കൃത കോളേജിൽ ആശാന് പ്രവേശനം ലഭിച്ചു. അവിടെ പ്രവേശനം ലഭിക്കുന്നതിനുള്ള പരീക്ഷ പാസായെങ്കിലും പിന്നെയും തടസ്സങ്ങൾ ബാക്കിനിന്നു. ബ്രാഹ്മണരല്ലാത്തവർക്ക് ആ കോളേജിൽ പ്രവേശനം ഉണ്ടായിരുന്നില്ല. ജാതിവ്യവസ്ഥയുടെ ക്രൂരത ആശാനും പല്പുവും തിരിച്ചറിഞ്ഞ ഒരു സംഭവമായിരുന്നു അത്.

അന്നത്തെ മൈസൂർ ദിവാനായിരുന്ന സർ ശേഷാദ്രി അയ്യരും ഡോ. പല്പുവും തമ്മിലുള്ള സൗഹൃദമാണ് ആശാന് അനുഗ്രഹമായത്. ആശാനെ കോളേജിൽ പ്രവേശിപ്പിക്കണമെന്ന പല്പുവിന്റെ ആവശ്യം ദിവാൻ നിറവേറ്റുകയായിരുന്നു. അവിടെ ന്യായശാസ്ത്ര വിഷയമാണ് ആശാൻ പഠിച്ചത്. അതോടൊപ്പം വ്യാകരണവും അലങ്കാരവും ഇംഗ്ലീഷ് ഭാഷയും പഠിക്കാൻ അദ്ദേഹം സമയം കണ്ടെത്തി.

കുമാരനാശാന്റെ വിദ്യാഭ്യാസം, ഭക്ഷണം, വസ്ത്രം, എന്നിവ ഉൾപ്പെടെ എല്ലാ ചെലവുകളും നടത്തിയിരുന്നത് ഡോ. പല്പുവായിരുന്നു. സ്വന്തം മകനെപ്പോലെ ആശാനെ ഉയർത്തിക്കൊണ്ട് വരാൻ പല്പു ശ്രമിച്ചു. ആശാന് ഇംഗ്ലീഷ് ഭാഷയിൽ പ്രാവീണ്യം കുറവായിരുന്നു. എന്നാൽ പല്പുവിന്റെ ഭാര്യ ഭഗവതിയാണ് ഇംഗ്ലീഷ് ഭാഷയുടെ ബാലപാഠങ്ങൾ ആശാനെ പഠിപ്പിച്ചത്. ഭഗവതി അക്കൻ എന്നായിരുന്നു ആശാൻ അവരെ വിളിച്ചിരുന്നത്.

സാഹിത്യചർച്ചകളും വിജ്ഞാനപ്രദങ്ങളായ സംവാദങ്ങളും മറ്റ് കുടുംബങ്ങളിൽനിന്ന് പല്പുവിന്റെ കുടുംബത്തെ വ്യത്യസ്തമാക്കി. ആശാനിലെ സാഹിത്യപ്രതിഭയ്ക്ക് മാറ്റുകൂടിയത് ബാംഗ്ലൂരിൽ പല്പുവിനോടൊപ്പം താമസിച്ച കാലഘട്ടത്തിലായിരുന്നു. പല്പു മുന്നോട്ട് വച്ച ആശയങ്ങളെ ആഴത്തിൽ മനസ്സിലാക്കുന്നതിനും അദ്ദേഹത്തിന്റെ പ്രവർത്തനങ്ങളിൽ കുറച്ചെങ്കിലും പങ്കുചേരാനും ആശാന് കഴിഞ്ഞത് ഇക്കാലത്താണ്. തിരുവിതാംകൂറിൽ താമസിക്കുന്ന സി വി കുഞ്ഞിരാമനുമായി പല്പു നടത്തിയിരുന്ന കത്തിടപാടുകളിൽ സഹായിയാവാനും ഇക്കാലത്ത് ആശാന് സാധിച്ചു. കത്തുകൾ പലതും എഴുതിയിരുന്നത്

ആശാനായിരുന്നു.

പാശ്ചാത്യസംസ്കാരത്തെക്കുറിച്ചും ജനാധിപത്യആശയങ്ങളെക്കുറിച്ചുമുള്ള അറിവ് ആശാനെ പരിവർത്തനപ്പെടുത്തി. ഇക്കാലത്താണ് പ്ലേഗ് രോഗം പടർന്നതിനെത്തുടർന്ന് ആശാൻ പഠിച്ചിരുന്ന കോളേജ് അനിശ്ചിത കാലത്തേക്ക് അടച്ചിട്ടത്. ഇവിടെ ആശാൻ മൂന്നുവർഷമാണ് പഠിച്ചത്. പഠിപ്പു മുടങ്ങിയതോടെ പല്പുവിന്റെ നിർദ്ദേശപ്രകാരം മദ്രാസിലേക്ക് താമസം മാറ്റി. അവിടെ പല്പുവിന്റെ സുഹൃത്തും സഹപാഠിയുമായിരുന്ന ഡോ. നഞ്ചുണ്ട റാവുവിന്റെ ഒപ്പമായിരുന്നു പല്പുവിന്റെ താമസം. മദ്രാസിൽ ആശാൻ ആറുമാസക്കാലം അനൗപചാരിക വിദ്യാഭ്യാസം തുടർന്നു. മദ്രാസ് ജിവിതകാലത്ത് അവിടത്തെ രാഷ്ട്രീയവും സാമൂഹികവുമായ ചലനങ്ങളെ നേരിട്ടറിയാനും പഠിക്കാനും ആശാന് കഴിഞ്ഞു. ആശാന്റെ ബുദ്ധിയിലും പെരുമാറ്റത്തിലും മതിപ്പു തോന്നിയ നഞ്ചുണ്ടറാവു അദ്ദേഹത്തിന് വേണ്ട സഹായങ്ങളൊക്കെ ചെയ്തു.

നഞ്ചുണ്ടറാവുവിന്റെ ശുപാർശയെത്തുടർന്ന് ആശാന് കല്ക്കത്തിയിലെ സംസ്കൃതകോളേജിൽ പ്രവേശനം ലഭിച്ചു. ഇവിടെ പഠിക്കുമ്പോഴും ആശാന്റെ സാമ്പത്തിക പ്രതിസന്ധികൾക്ക് തുണയായത് ഡോ. പല്പുവായിരുന്നു. നഞ്ചുണ്ടറാവു പല്പുവിന് നല്കാനുണ്ടായിരുന്ന തുക ആശാന് കൊടുത്താൽ മതിയെന്ന് പല്പു പറഞ്ഞേല്പിച്ചു.

ന്യായശാസ്ത്രമാണ് ഇവിടെ പഠനവിഷയമായി എടുത്തത്. കല്ക്കത്തയിൽ പഠിക്കുമ്പോഴാണ് ആശാൻ ഇംഗ്ലീഷ് പരിജ്ഞാനം നേടുന്നത്. സ്വാമി വിവേകാനന്ദനെ കൂടുതൽ അറിയാനും ആശാന് കഴിഞ്ഞത് പല്പുവുമായുള്ള ബന്ധത്തിലൂടെയായിരുന്നു.

കല്ക്കത്തയിൽനിന്ന് തിരിച്ചെത്തിയ ആശാൻ തന്റെ ജ്ഞാനത്തിലും വിവിധ വിഷയങ്ങളോട് പുലർത്തുന്ന സമീപനത്തിലും വ്യത്യസ്തനായിരുന്നു. പഠനത്തിലും അക്കാലത്തെ ജീവിതത്തിലും ആശാനുണ്ടായ പരിവർത്തനങ്ങൾ പല്പുവിനെ ഏറെ സന്തുഷ്ടനാക്കി. ആശാന്റെ കാര്യത്തിൽ നാരായണഗുരുവിന് താൻ നല്കിയ വാഗ്ദാനം പൂർണ്ണമായി പാലിക്കുവാൻ കഴിഞ്ഞു എന്ന ചാരിതാർത്ഥ്യം അദ്ദേഹത്തിനുണ്ടായി.

കല്ക്കത്തയിൽനിന്നെത്തിയ ആശാൻ പല്പുവിനെ കാണുന്നത് പേട്ടയിലെ പല്പുവിന്റെ വീട്ടിൽ വെച്ചാണ്. പല്പു വിദേശവിദ്യാഭ്യാസം കഴിഞ്ഞ് ഇംഗ്ലണ്ടിൽനിന്ന് തിരിച്ചെത്തിയ കാലമായിരുന്നു അത്. ആശാൻ പല്പുവിന്റെ വീട്ടിലെത്തുമ്പോൾ അവിടെ പല്പുവിന്റെ സുഹൃത്ത് കവി മുലൂർ എസ് പത്മനാഭപ്പണിക്കരുമുണ്ടായിരുന്നു. ആശാനും മൂലൂരും തമ്മിൽ ഇവിടെ വച്ച് സാഹിത്യസംഭാഷണങ്ങളിൽ ഏർപ്പെട്ടു.

അടുത്ത ദിവസംതന്നെ പല്പുവും ആശാനും ബാംഗ്ലൂരിലേക്ക് തിരിച്ചു. കുറച്ചുദിവസം കഴിഞ്ഞപ്പോഴാണ് എത്രയും പെട്ടെന്ന് അരുവിപ്പുറത്ത് എത്തണമെന്ന ഗുരുവിന്റെ അറിയിപ്പ് ലഭിച്ചത്. അങ്ങനെ

ഇരുവരും അരുവിപ്പുറത്തേക്ക് യാത്ര തിരിച്ചു.

അരുവിപ്പുറം ക്ഷേത്രത്തിന്റെയും സ്വത്തുവകകളുടെയും ഭരണം നടത്താനുള്ള ചുമതല അന്ന് പല്പുവിന്റെ ജ്യേഷ്ഠനായ പി പരമേശ്വരനായിരുന്നു. പരമേശ്വരനെ സഹായിക്കാനാണ് ആശാനെ ഗുരു ഇങ്ങോട്ട് ക്ഷണിച്ചത്. അരുവിപ്പുറത്ത് രണ്ടുവർഷം ഗുരുവുമൊത്ത് ആശാൻ താമസിച്ചു.

ക്ഷേത്രകാര്യങ്ങളുടെ നടത്തിപ്പ്, സമുദായത്തിന്റെ ഉന്നമനം, കുട്ടികളെ സംസ്കൃതം പഠിപ്പിക്കൽ എന്നിവയായിരുന്നു അരുവിപ്പുറത്ത് ആശാന്റെ പ്രവർത്തനങ്ങൾ. 1903 ൽ എസ് എൻ ഡി പി യോഗം സ്ഥാപിക്കപ്പെട്ടതോടെ പല്പുവിന് തിരക്കുകൾ വർദ്ധിച്ചു. മൈസൂറിൽ ജോലിക്ക് പോകേണ്ടതിനാൽ യോഗത്തിന്റെ പ്രവർത്തനങ്ങൾക്ക് സഹായത്തിന് ഒരാൾ ആവശ്യമായി വന്നു. മറ്റൊന്നും പല്പുവിന് ആലോചിക്കേണ്ടിവന്നില്ല. കുമാരനാശാനെ യോഗത്തിന്റെ ജനറൽ സെക്രട്ടറിയായി തിരഞ്ഞെടുത്തു. യോഗത്തിന്റെ അദ്ധ്യക്ഷൻ ശ്രീനാരായണ ഗുരുവായിരുന്നു. ഉപാദ്ധ്യക്ഷൻ ഡോ. പല്പുവും.

പല്പുവും ആശാനുമായുള്ള ആശയപ്പൊരുത്തവും ആദർശത്തിലെ ഐക്യവും യോഗത്തിന്റെ പ്രവർത്തനങ്ങൾക്ക് മുതൽക്കൂട്ടായി. യോഗത്തിന്റെ ഭരണത്തിന് ഒരു മാനേജിങ് കമ്മിറ്റിയുണ്ടായിരുന്നെങ്കിലും ആശാനായിരുന്നു പ്രധാനകാര്യങ്ങൾ നിർവ്വഹിച്ചത്.

ഡോ. പല്പുവിന്റെയും കുമാരനാശാന്റെയും യോജിച്ചുള്ള പ്രവർത്തനങ്ങളാണ് എസ് എൻ ഡി പിയെ കേരളത്തിലെ നവോത്ഥാന പ്രസ്ഥാനമാക്കി വളർത്തിയത്. അവർക്ക് മാർഗ്ഗവും ശക്തിയും നല്കാൻ ശ്രീനാരായണഗുരു എന്ന മഹാത്മാവും ഉണ്ടായിരുന്നു.

എസ് എൻ ഡി പി യോഗവും പല്പുവും

സംഘടനകൊണ്ട് ശക്തരാകുക, വിദ്യകൊണ്ട് പ്രബുദ്ധരാകുക എന്ന ശ്രീനാരായണഗുരുവിന്റെ പ്രബോധനത്തിൽനിന്ന് ഊർജ്ജമുൾക്കൊണ്ടാണ് ശ്രീനാരായണ ധർമ്മപരിപാലന യോഗം രൂപം കൊള്ളുന്നത്. ഡോ. പല്പുവും കുമാരനാശാനും യോഗത്തിന്റെ രൂപീകരണത്തിലും പ്രവർത്തനങ്ങളിലും വഹിച്ച പങ്ക് വലുതാണ്. സാമൂഹികവും സാമ്പത്തികവുമായ സമുദായത്തിന്റെ ഉന്നമനമായിരുന്നു യോഗത്തിന്റെ ലക്ഷ്യം.

1903 മെയ്മാസത്തിലാണ് ശ്രീനാരായണ ധർമ്മപരിപാലന യോഗം രജിസ്റ്റർ ചെയ്യപ്പെടുന്നത്. ശ്രീനാരായണഗുരുവായിരുന്നു യോഗത്തിന്റെ അദ്ധ്യക്ഷൻ. ഉപാദ്ധ്യക്ഷനായി ഡോ. പല്പുവിനെയും ജനറൽ സെക്രട്ടറിയായി കുമാരനാശാനെയും തിരഞ്ഞെടുത്തു.

ആദ്യകാലത്ത് തിരുവിതാംകൂറിലായിരന്നു യോഗത്തിന്റെ പ്രവർത്തനങ്ങൾ കേന്ദ്രീകരിച്ചത്. എന്നാൽ കേരളത്തെ മുഴുവൻ ഒന്നായി കാണുന്ന നിലപാട് തുടക്കം മുതൽ യോഗത്തിന്റെ നേതാക്കന്മാർക്കുണ്ടായിരുന്നു. വടക്കൻ മലബാറിൽ തീയ്യർക്കുള്ള സ്വാധീനം വളരെ നേരത്തെതന്നെ പല്പുവും മറ്റും മനസ്സിലാക്കിയിരുന്നു. തെക്കും വടക്കും ഒരുമിച്ച് നിന്നാൽ ശക്തിയാകുമെന്നും ഈ ഐക്യത്തിന്റെ അടിത്തറയിലാണ് സംഘടനയെ പടുത്തുയർത്തേണ്ടതെന്നും ഡോ. പല്പുവും ആശാനും നേരത്തെ തിരിച്ചറിഞ്ഞിരുന്നു. ആശാൻ മലബാറിലെ പ്രധാന സ്ഥലങ്ങൾ സന്ദർശിച്ച് പ്രാദേശിക കൂട്ടായ്മകൾ രൂപീകരിക്കാൻ ശ്രമം നടത്തി.

ഈഴവരുടെ സ്കൂൾ പ്രവേശനം, സർക്കാർ സർവ്വീസിലും പ്രതിനിധി സഭകളിലും ഈഴവരുടെ പ്രാതിനിദ്ധ്യം എന്നിവ ഉറപ്പാക്കുകയാ

യിരുന്നു സംഘടനയുടെ ആദ്യശ്രമം. എന്നാൽ സ്വസമുദായത്തിന്റെ ഉന്നമനത്തിൽ മാത്രമായിരുന്നില്ല യോഗം ശ്രദ്ധ പതിപ്പിച്ചിരുന്നത്. 'പുലയർ മുതലായ സമുദായത്തിന്റെ ഉന്നമനത്തിന് നമുക്ക് ഊന്നൽ കൊടുക്കണമെന്ന്' 1911 ലെ യോഗവാർഷിക പ്രമേയത്തിൽ രേഖപ്പെടുത്തിയിട്ടുണ്ട്. അയ്യൻകാളിയെപ്പോലുള്ള സാമൂഹിക വിപ്ലവകാരികൾക്ക് യോഗത്തിന്റെ പ്രവർത്തനങ്ങൾ പ്രചോദനമായിട്ടുണ്ട്.

സംഘടന, വിദ്യാഭ്യാസം, വ്യവസായം എന്നിവയിലൂടെ ശക്തിയാർജ്ജിക്കാനുള്ള പ്രവർത്തനങ്ങൾക്കാണ് യോഗം പ്രാധാന്യം നല്കിയത്. യോഗത്തിന്റെ വാർഷികയോഗത്തിൽ ഡോ. പല്പു പ്രസംഗിക്കുകയുണ്ടായി. അദ്ദേഹത്തിന്റെ പ്രസംഗം യോഗത്തിന്റെ മേല്പറഞ്ഞ നിലപാടുകളെ തുറന്നുകാട്ടുന്നുണ്ട്:

> വിദ്യാഭ്യാസം കൊണ്ടല്ലാതെ ഒരു സമുദായത്തിനും സ്ഥിരമായ പരിഷ്കാരാഭിവൃദ്ധിയെ പ്രാപിക്കാൻ സാദ്ധ്യമല്ല. നമ്മുടെ സമുദായത്തിൽ സ്ത്രീപുരുഷന്മാരിൽ പ്രാഥമിക വിദ്യാഭ്യാസമെങ്കിലും ഇല്ലാത്തവർ ഉണ്ടായിരിക്കരുത്. ഒരു ഈഴവൻ അല്ലെങ്കിൽ ഒരു ഈഴവസ്ത്രീ എഴുതുവാനും വായിക്കുവാനുമെങ്കിലും അറിയുന്നവനോ അറിവുള്ളവനോ ആയിരിക്കണം. കൃഷി, കച്ചവടം, കൈത്തൊഴിൽ ഇവയിൽ നമ്മെപ്പോലെ നൈപുണ്യം സമ്പാദിച്ചവർ മലയാളത്തിൽ വേറെയില്ല. നാം അവയെ പരിഷ്കൃത സമ്പ്രദായത്തിൽ നടത്തുകയും പ്രോത്സാഹിപ്പിക്കുകയും ചെയ്യണം. തുണിനെയ്ത്തിനെ പരിഷ്കരിക്കണം. അത് സത്രീകൾക്ക് ചെയ്യുവാനുള്ള തൊഴിലാണ്. മറ്റുള്ള കൂലിവേലകളേക്കാൾ സ്ത്രീകൾക്ക് അത് ശ്രേഷ്ഠമാണ്. നമ്മുടെ നാട്ടിലും സമുദായത്തിലും ഉണ്ടാക്കുന്ന സാധനങ്ങളെ വാങ്ങുന്നതിനും ഉപയോഗിക്കുന്നതിനും നാം അധികം മമതയും പ്രതിപത്തിയും കാണിക്കണം. (*ശ്രീനാരായണ ധർമ്മപരിപാലന യോഗചരിത്രം*, കൊട്ടാരക്കര ബി സുധർമ്മ, ഹരിതം ബുക്സ്, കോഴിക്കോട്)

സാംസ്കാരികമായ ഇടങ്ങളെ സൃഷ്ടിച്ചുകൊണ്ട് മാത്രമേ സാമൂഹിക നീതിക്കും സമത്വത്തിനും വേണ്ടിയുള്ള പോരാട്ടങ്ങൾക്ക് കരുത്തുണ്ടാവുകയുള്ളൂ എന്ന ബോദ്ധ്യം പല്പുവിനുണ്ടായിരുന്നു. ഈ സാംസ്കാരിക ഇടങ്ങളെ വിപുലപ്പെടുത്തുന്നതിൽ വിദ്യാഭ്യാസത്തിനുള്ള പങ്ക് എത്ര വലുതാണെന്ന് പല്പുവിന്റെ ജീവിതം തന്നെ ഉദാഹരണമാണ്. 1904 ൽ ആരംഭിച്ച എസ് എൻ ഡി പി യോഗത്തിന്റെ മുഖപത്രമായ *വിവേകോദയ*ത്തിന്റെ ആദ്യമുഖപ്രസംഗം തന്നെ വിദ്യാഭ്യാസകാര്യത്തിൽ സമുദായം നേരിടുന്ന പ്രതിസന്ധികളെക്കുറിച്ചായിരുന്നു. അന്ന് അവർണ്ണസമുദായങ്ങൾക്ക് സകൂൾ പ്രവേശനത്തിനുള്ള അനുമതിയില്ലായിരുന്നു.

> ദിവാൻ രാമരായരുടെ കാലത്തിനുമുമ്പ് തിരുവിതാംകൂറിലുള്ള സർക്കാർ പള്ളിക്കൂടങ്ങളിൽ ചേർന്ന് പഠിക്കാൻ ഏത് ജാതിക്കാർക്കും ഒരു തടസ്സവുമില്ലായിരുന്നു. തിരുവനന്തപുരം ചിറയിൻകീഴ് എന്നീ സ്ഥലങ്ങളിലുണ്ടായിരുന്ന ഇംഗ്ലീഷ് പള്ളിക്കൂടങ്ങളിൽ അവർക്ക് പ്രവേശനം ലഭിച്ചിരുന്നു. രാമരായർ, ശങ്കരസുബ്ബയ്യർ എന്നീ രണ്ട് ദിവാൻജിമാരുടെ കാലത്താണ് ഈഴവർ ചേർന്ന് പഠിച്ചിട്ടില്ലാത്ത പള്ളിക്കൂടങ്ങളിൽ മേലും പ്രവേശനം അനുവദിക്കുന്നതല്ലെന്നുള്ളത് ഒരു നിയമം പോലെയായത്. അന്ന് മുതൽ ഈഴവർക്ക് പല സ്കൂളുകളിലും നൂതനമായി പ്രവേശിക്കുന്നതിന് പ്രസ്തുത നിയമത്തിന്റെ ഒരു പ്രത്യേക വ്യവസ്ഥയായിട്ടെന്നപോലെ ഗവൺമെന്റിൽനിന്നും പ്രത്യേക അനുവാദം നല്കി വന്നു. ഈഴവരെ പള്ളിക്കൂടങ്ങളിൽ ചേർക്കുന്നതിന് അവിടത്തെ ജനങ്ങൾക്ക് സമ്മതമല്ലെന്ന് പല ഉദ്യോഗസ്ഥരും കാരണമായി ചൂണ്ടിക്കാട്ടി ഒഴിഞ്ഞുമാറി. ഈഴവർക്ക് ഇംഗ്ലീഷ് വിദ്യാഭ്യാസം ലഭിക്കുവാനുള്ള അവസരം ഇല്ലാതായി. (*ഡോ. പല്പുവിന്റെ കഥ*)

തിരുവിതാംകൂർ സർക്കാർ സർവ്വീസിൽ സമുദായത്തിന് അർഹമായ പ്രാധാന്യം ലഭിക്കുന്നതിനുവേണ്ടിയുള്ള പ്രവർത്തനങ്ങൾ ഊർജ്ജിതമാക്കാൻ യോഗം തീരുമാനിച്ചു. ഡോ. പല്പു ഇക്കാര്യങ്ങളിൽ നേരത്തേതന്നെ പല ശ്രമങ്ങളും നടത്തിയിട്ടുണ്ട്. ഈ വിഷയത്തെ സംബന്ധിച്ച് *വിവേകോദയ*ത്തിൽ ആശാൻ എഴുതിയ ലേഖനത്തിന്റെ പ്രധാന ഭാഗങ്ങൾ ചുവടെ ചേർക്കുന്നു:

> തിരുവിതാംകൂറിൽ മുപ്പത് ലക്ഷം ജനങ്ങളും 13181 സർക്കാർ ജീവനങ്ങളുമാണുള്ളത്. ഹിന്ദുക്കളിൽ ആറ് ലക്ഷം നായന്മാരും അഞ്ച് ലക്ഷം ഈഴവരും ആകുന്നു. മേല്പറഞ്ഞ ജീവനങ്ങളിൽ 8906 അല്ലെങ്കിൽ നൂറ്റിന് അറുപതിലധികം നായന്മാർ അനുഭവിക്കുന്നു. ഈഴവർക്ക് മുപ്പത്താറ് ചില്ലറ ജീവനങ്ങൾ മാത്രമാണുള്ളത്. താഴ്ന്നതും ഉയർന്നതുമായ എല്ലാത്തരം ഉദ്യോഗങ്ങൾ വഹിക്കുന്നതിനും യോഗ്യതയുള്ളവർ ധാരാളമുണ്ട്. അന്യഗവൺമെന്റുകളുടെ കീഴിൽ ഡെപ്യൂട്ടി കളക്ടർ, സാനിട്ടറി കമ്മീഷണർ, മജിസ്ട്രേട്ട്, റേഞ്ചർ, റജിസ്ട്രാർ മുതലായ ഉദ്യോഗങ്ങൾ തിരുവിതാംകൂറിലെ തീയ്യർ ഭരിച്ചു പേര് സമ്പാദിക്കുന്നുണ്ട്. ജാത്യാചാരങ്ങളെ സംബന്ധിച്ച് കുറെക്കൂടി നിർബ്ബന്ധമുള്ള കൊച്ചിയിലും ഈ ജാതിക്ക് യോഗ്യതാനുസാരം എല്ലാ ഉദ്യോഗങ്ങളും ഇപ്പോൾ കിട്ടുന്നുണ്ട്. (*ഡോ. പല്പുവിന്റെ കഥ*)

എസ് എൻ ഡി പി യോഗത്തിന്റെ വാർഷികാഘോഷങ്ങൾ വിപുലമായാണ് നടത്തിയിരുന്നത്. ഇത് സംഘടിപ്പിക്കുന്നതിൽ പ്രധാന പങ്ക്

വഹിച്ചത് ഡോ. പല്പുവായിരുന്നു. തനിക്ക് ലഭിച്ചിരുന്ന അവധി സമയത്താണ് വിവിധസ്ഥലങ്ങൾ സന്ദർശിച്ച് ഇതിനുവേണ്ട കാര്യങ്ങൾ പല്പു ചെയ്തിരുന്നത്. വാർഷിക യോഗങ്ങൾ കൂടുന്നതിന് ഒരു മാസം മുമ്പേ അതാത് സ്ഥലങ്ങളിൽ വന്ന് താമസിച്ച് പ്രവർത്തിക്കുക എന്നതായിരുന്നു അദ്ദേഹത്തിന്റെ പതിവ്. ഇതിനാവശ്യമായ ചെലവുകളെല്ലാം സ്വന്തമായാണ് വഹിച്ചിരുന്നത്. പല്പുവിന്റെ കൈയിൽനിന്ന് ഇത്തരത്തിൽ ധാരാളം തുക ചെലവായിട്ടുണ്ട്. യോഗം ജനറൽ സെക്രട്ടറിയായായിരുന്ന കുമാരനാശാന്റെ ചെലവുകളെല്ലാം വഹിച്ചിരുന്നത് പല്പുവായിരുന്നു.

യോഗത്തിന്റ ഉദ്ദേശ്യങ്ങളെക്കുറിച്ച് സ്വസമുദായത്തെയും ഇതര സമുദായങ്ങളെയും സർക്കാരിനെയും ബോദ്ധ്യപ്പെടുത്തുന്നതിന് മുൻകൈപ്രവർത്തനങ്ങൾ നടത്തിയിരുന്നത് പല്പുവായിരുന്നു. ഇതിലൂടെ എല്ലാവരുടെയും സഹായങ്ങൾ നേടിയെടുക്കുകയായിരുന്നു അദ്ദേഹത്തിന്റെ ലക്ഷ്യം. രാജകുടുംബാംഗങ്ങൾ, ദിവാന്മാർ, മറ്റ് സമുദായാംഗങ്ങൾ എന്നിവരെ പൊതുയോഗങ്ങളിൽ പങ്കെടുപ്പിക്കുവാൻ പല്പു ശ്രദ്ധിച്ചിരുന്നു. ഇക്കാലത്ത് പല്പു നടത്തിയ പ്രസംഗങ്ങൾ എല്ലാ വിഭാഗങ്ങൾക്കിടയിലും സാമൂഹിക മാറ്റത്തെക്കുറിച്ച് ചിന്തിക്കാൻ പ്രേരണ നല്കി.

മറ്റുള്ളവരുമായി ഒരുമിച്ച് പ്രവർത്തിച്ചാൽ വലിയ നേട്ടങ്ങൾ കൈവരിക്കാൻ കഴിയുമെന്ന് പല്പു സ്വസമുദായത്തെ ആഹ്വാനം ചെയ്തു. 1904 ജനുവരിയിൽ അരുവിപ്പുറം എസ് എൻ ഡി പി യോഗത്തിന്റെ ഒരു പൊതുയോഗം നടന്നു. ഇതിൽ യോഗത്തിന്റെ ഉദ്ദേശലക്ഷ്യങ്ങളെക്കുറിച്ച് പ്രതിപാദിക്കുന്ന ഒരു പ്രബന്ധം പല്പു എഴുതി. ഇത് അന്ന് യോഗത്തിന്റെ സെക്രട്ടറി അംഗങ്ങൾക്ക് മുമ്പാകെ അവതരിപ്പിച്ചു:

> നമ്മുടെ ഈ യോഗത്തിന്റെ ഉദ്ദേശ്യത്തെക്കുറിച്ച് എല്ലാവർക്കും ഏറക്കുറെ അറിവുള്ളതാണല്ലോ? എങ്കിലും നിങ്ങളുടെ മുമ്പാകെ ഞാൻ ഒന്നുകൂടി അതിനെ പറഞ്ഞറിയിച്ചുകൊള്ളുന്നു. ലോകത്തുള്ള എല്ലാ ജനസമുദായങ്ങളും അവരവരുടെ പ്രത്യേക അഭിവൃദ്ധിമാർഗ്ഗങ്ങളിൽ ഉത്സാഹത്തോടുകൂടി ശ്രമിച്ചുകൊണ്ടിരിക്കുന്നു. സ്വവർഗ്ഗത്തിന്റെ പുരോഗതിക്കായി ശ്രമിക്കേണ്ടത് ഓരോരുത്തരുടെയും ചുമതലയാണ്. ഇക്കാര്യത്തിൽ അഭിപ്രായവ്യത്യാസത്തിന് ഇടയില്ല. അഭിവൃദ്ധിക്ക് ഐകമത്യം അനിവാര്യമാണ്. ഇപ്പോൾ അഞ്ഞൂറോളം പേർ പലസ്ഥലങ്ങളിൽ നിന്ന് ഏകമനസ്സോടെ ഈ യോഗത്തിൽ ചേർന്നിട്ടുണ്ട്. ഇത് നല്ലൊരു ശകുനമാണ്.

സമുദായത്തിലെ അംഗങ്ങൾ യോജിച്ച് പ്രവർത്തിച്ചാൽ മാത്രമേ അവകാശങ്ങൾ നേടിയെടുക്കാൻ കഴിയൂ എന്നായിരുന്നു പല്പു തന്റെ

പ്രബന്ധത്തിൽ ഊന്നിപ്പറഞ്ഞത്. ഈ യോഗത്തിൽ വച്ചാണ് അരുവിപ്പുറം ശ്രീനാരായണ ധർമ്മപരിപാലന ക്ഷേത്രയോഗം എന്ന പേര് ശ്രീനാരായണ ധർമ്മപരിപാലനയോഗം എന്നാക്കിമാറ്റിയത്. യോഗത്തിന്റെ വാർഷികങ്ങൾ വർണ്ണപ്പകിട്ടുള്ള സാംസ്കാരികോത്സവങ്ങളായാണ് സംഘടിപ്പിക്കപ്പെട്ടിരുന്നത്. പരിപാടികൾ വൈവിദ്ധ്യമാക്കുന്നതിൽ പ്രധാനപങ്ക് പല്പുവിനാണ്. യോഗത്തെ ഇന്ത്യയിലെതന്നെ വലിയ സാമൂഹിക സംഘടനയാക്കണമെന്നായിരുന്നു പല്പുവിന്റെ ആഗ്രഹം.

യോഗത്തിന്റെ വാർഷികസമ്മേളനങ്ങളിൽ സ്ത്രീസമാജങ്ങൾ വേണമെന്ന ആശയം മുന്നോട്ടുവച്ചത് ഡോ. പല്പുവായിരുന്നു. യോഗത്തിന്റെ ഒന്നാം വാർഷികത്തിൽ സ്ത്രീ സമാജം രൂപീകരിക്കുകയും പല്പുവിന്റെ അമ്മയെ അദ്ധ്യക്ഷയായി തെരഞ്ഞെടുക്കുകയും ചെയ്തു. ഈ സമ്മേളനത്തിൽ പല്പുവിന്റെ ഭാര്യ ഭഗവതി ഒരു പ്രസംഗം നടത്തി.

ഈ സമ്മേളനത്തിലാണ് യോഗത്തിന്റെ ആസ്ഥാനം തിരുവനന്തപുരത്തേക്ക് മാറ്റാൻ തീരുമാനമായത്. ഇത് യോഗത്തിന്റെ പ്രവർത്തനങ്ങൾ കൂടുതൽ വിപുലപ്പെടുത്തുന്നതിന് കാരണമായി.

1905 ൽ കൊല്ലത്തുവച്ച് നടന്ന എസ് എൻ ഡി പി യോഗത്തിന്റെ രണ്ടാമത് വാർഷികത്തിൽ അദ്ധ്യക്ഷത വഹിച്ചത് നാരായണഗുരുവായിരുന്നു. ഇതിന്റെ മുഖ്യസംഘാടകൻ ഡോ. പല്പുവായിരുന്നു. യോഗത്തിന്റെ പ്രവർത്തനങ്ങൾ വ്യാപിപ്പിക്കുന്നതിന്റെ ഭാഗമായി വിവിധ പ്രദർശനങ്ങൾ നടത്തുവാൻ തീരുമാനിച്ചു. ഇതിന്റെ അടിസ്ഥാനത്തിൽ താമരക്കുളത്ത് കുഞ്ഞിരാമൻ റൈട്ടറുടെ കെട്ടിടത്തിൽ സമസ്തഭാരത പ്രദർശനം സംഘടിപ്പിച്ചു. ഡോ. പല്പുവായിരുന്നു പ്രദർശനക്കമ്മിറ്റിയുടെ പ്രസിഡന്റ്. പല്പുവിന്റെ അടുത്ത സുഹൃത്തായിരുന്ന ദിവാൻ മാധവറാവുവിനെയാണ് ഉദ്ഘാടനത്തിനായി ക്ഷണിച്ചത്. പക്ഷേ, അദ്ദേഹത്തിന് എത്തിച്ചേരാൻ കഴിഞ്ഞില്ല. അതേത്തുടർന്ന് വനം കൺസർവേറ്ററായിരുന്ന ബോർഡിലെൻ ആണ് പ്രദർശനം ഉദ്ഘാടനംചെയ്തത്.

ഈ പരിപാടിയിൽ മൈസൂർ സ്റ്റേറ്റ് ഡ്രസ് ധരിച്ചാണ് പല്പു പങ്കെടുത്തത്. പ്രദർശനത്തിനായി തിരുവിതാംകൂർ, കൊച്ചി, തലശ്ശേരി, മലബാർ, മാഹി എന്നിവിടങ്ങളിൽനിന്ന് വസ്തുക്കൾ ശേഖരിച്ചിരുന്നു. സ്റ്റാളുകൾ വേർതിരിക്കുന്നതുൾപ്പെടെയുള്ള ജോലികൾ ചെയ്തത് പല്പുവായിരുന്നു. കുമാരനാശാൻ പല്പുവിനൊപ്പം എല്ലാ സഹായത്തിനും കൂടെയുണ്ടായിരുന്നു. കോട്ടാർ, ബാലരാമപുരം എന്നിവിടങ്ങളിൽനിന്ന് എത്തിച്ച കൈത്തറി തുണികൾവരെ പ്രദർശനത്തിലുണ്ടായിരുന്നു.

പ്രദർശനം പത്തുദിവസം നീണ്ടുനിന്നു. പല്പുവും കുടുംബവും നേരത്തെതന്നെ പ്രദർശനത്തിൽ പങ്കെടുക്കുന്നതിനായി കൊല്ലത്തുവന്ന് താമസിച്ചു. തിരുവിതാംകൂർ, കൊച്ചി, ബ്രിട്ടീഷ് മലബാർ എന്നിവിടങ്ങളിൽ നിന്നെത്തിയ യോഗം പ്രവർത്തകരുടെ ഐക്യം വിളിച്ചോതുന്നതായിരുന്നു അവിടെ നടന്ന പ്രദർശനവും സമ്മേളനവും. ഇവിടെ സമുദായത്തിന്റെ ചരിത്രം, വ്യവസായസ്ഥിതി, സർക്കാരിന്റെ നിലപാട് തുട

ങ്ങിയ കാര്യങ്ങൾ വിശദീകരിച്ചുകൊണ്ട് ഉജ്ജ്വലപ്രസംഗം നടത്തി. അതിലെ പ്രസക്തഭാഗങ്ങൾ:

> മാന്യസദസ്യരെ,
>
> അഭിവൃദ്ധിക്കായി പരിശ്രമം ചെയ്തുകൊണ്ടിരിക്കുന്ന ഒരു കാലമാണിത്. നമ്മുടെ പല മാർഗ്ഗമായി അത്യുത്സാഹത്തോട് കൂടിയ പരിശ്രമങ്ങൾ നാം കാണുന്നുണ്ട്. സാമൂഹികമായും മതസംബന്ധമായും രാജ്യഭരണവിഷയമായും വ്യവസായസംബന്ധമായും ഉള്ള കാര്യങ്ങളിൽ അഭിവൃദ്ധിയെ പ്രാപിക്കുന്നതിനായി അഭിനവങ്ങളായ ഓരോ സമ്പ്രദായങ്ങളെ സ്വീകരിക്കുന്നതിൽ ഭാരതത്തിന്റെ നാനാഭാഗങ്ങളിലുള്ള ജനങ്ങൾ സന്നദ്ധമായിരിക്കുന്നു. എത്രയും പുരാതനവും പൂർവ്വാചാര സംരക്ഷണപ്രിയമുള്ളതുമായ ഈ രാജ്യത്തിൽക്കൂടിയും അഭിവൃദ്ധിക്കുള്ള അഭിനിവേശം കടന്നുകൂടിയിരിക്കുന്നു. അതിന്റെ ഫലമായി ജനസമുദായത്തിലുള്ള വിവിധ വർഗ്ഗക്കാരുടെ ഇടയിൽ പലപ്രകാരത്തിലുള്ള ഉത്സാഹങ്ങളെ നാം കാണുന്നുണ്ട്.
>
> തിരുവിതാംകൂർ, കൊച്ചി, ബ്രിട്ടീഷ് മലബാർ എന്നീ മൂന്നു സംസ്ഥാനങ്ങളിലുമുള്ള ഈഴവർ അല്ലെങ്കിൽ തീയ്യന്മാരുടെ മതസംബന്ധമായ സാമൂഹികമായും വ്യവസായികമായുമുള്ള അഭിവൃദ്ധിക്കുവേണ്ടി രജിസ്റ്റർ ചെയ്തിട്ടുള്ളതും ഇതേവരെ അറുനൂറ് അംഗങ്ങൾ ചേർന്നിട്ടുള്ളതുമായ എസ് എൻ ഡി പി യോഗം കഴിഞ്ഞ രണ്ട് സംവത്സരങ്ങൾ പരിശ്രമിച്ചുവരുന്നുണ്ട്.

വ്യവസായത്തിലൂടെ സമുദായത്തിന്റെ സാമ്പത്തികഉന്നമനം സാദ്ധ്യമാകുമെന്നാണ് പല്പു ജനങ്ങളെ ഉദ്ബോധിപ്പിച്ചത്. അതോടൊപ്പം സമുദായത്തിന്റെ ചരിത്രവും സർക്കാർ സമുദായത്തോട് സ്വീകരിക്കുന്ന നയത്തെക്കുറിച്ചും അദ്ദേഹം അവിടെ വിശദമായി സംസാരിച്ചു.

ഈ പ്രദർശനത്തിന്റെയും സമ്മേളനത്തിന്റെയും വാർത്തകൾ പുറത്തുള്ള മലയാള പത്രങ്ങളും ഇംഗ്ലീഷ് പത്രങ്ങളും പ്രസിദ്ധീകരിച്ചു. ഇതര സമുദായാംഗങ്ങളും സർക്കാർ ജീവനക്കാരും പരിപാടിയിൽ സജീവമായി പങ്കെടുത്തിരുന്നു. ഇതിനോടനുബന്ധിച്ച് സാഹിത്യസമ്മേളനവും വ്യവസായ സമ്മേളനവും നടന്നു.

സമ്മേളനവും പ്രദർശനവും വലിയ വിജയം നേടി. കൃഷി, വ്യവസായം എന്നിവയിൽ തന്റെ ജനത അഭിവൃദ്ധിപ്പെടുന്നതിന്റെ മുന്നോടിയായാണ് പല്പു ഈ പ്രദർശനത്തെ കണ്ടത്. 1908 ൽ യോഗത്തിന്റെ അഞ്ചാം വാർഷികസമ്മേളനം തിരുവനന്തപുരത്താണ് നടന്നത്. പി രാജഗോപാലാചാരി, കേരളവർമ്മവലിയകോയിത്തമ്പുരാൻ തുടങ്ങിയവർ ഈ സമ്മേളനത്തിൽ പങ്കെടുത്തു. ഈ സമ്മേളനത്തിൽ പല്പുവിന്റെ പ്രസംഗം നാളിതുവരെയുള്ള സമുദായത്തിന്റെ പ്രവർത്തനങ്ങൾ സമൂ

ഹത്തിൽ ഉണ്ടാക്കിയിട്ടുള്ള ഗുണപരമായ മാറ്റങ്ങളെക്കുറിച്ചായിരുന്നു. എല്ലാ സമുദായക്കാരും പ്രമുഖ വ്യക്തികളും യോഗത്തിന്റെ പ്രവർത്തനങ്ങളെ അഭിനന്ദിക്കുവാൻ തയ്യാറായത് തങ്ങളുടെ മാതൃകാപരമായ പ്രവർത്തനങ്ങൾകൊണ്ടാണെന്ന് പല്പു ഈ പ്രസംഗത്തിൽ സൂചിപ്പിച്ചു.

യോഗത്തിന്റെ എട്ടാം വാർഷികസമ്മേളനത്തിൽ ശ്രീനാരായണഗുരു നേരിട്ട് പങ്കെടുത്തു. ഗുരുവിന്റെ നേതൃത്വത്തിൽ ശാരദാപ്രതിഷ്ഠ നടത്തുന്നതിനായി ഒരു നിർവ്വാഹക സംഘം ഈ സമ്മേളനത്തിൽ വച്ച് രൂപീകരിക്കപ്പെട്ടു. ഡോ. പല്പുവിനെ പ്രതിഷ്ഠാക്കമ്മിറ്റിയുടെ അദ്ധ്യക്ഷനായും സെക്രട്ടറിയായി കുമാരനാശാനെയും തിരഞ്ഞെടുത്തു.

യോഗത്തിന്റെ ഒമ്പതാം വാർഷികവും ശാരദാപ്രതിഷ്ഠയും ശിവഗിരിയിൽ ഒരുമിച്ചാണ് നടത്തിയത്. ആയിരക്കണക്കിന് ജനങ്ങൾ ഈ പരിപാടിയിൽ പങ്കെടുത്തു. ഈ സമ്മേളനത്തിൽ അദ്ധ്യക്ഷത വഹിച്ചത് *മിതവാദി* പത്രാധിപർ സി കൃഷ്ണനായിരുന്നു. അദ്ദേഹം പല്പുവിന്റെ പ്രവർത്തനങ്ങളെക്കുറിച്ച് തന്റെ പ്രഭാഷണത്തിൽ ഇങ്ങനെ പറയുന്നു:

> ഭക്തിനിഷ്ഠകളും വിശാലഹൃദയത്വവും സമഭാവനയുംകൊണ്ട് സർവ്വദിക്കിലും സുപ്രസിദ്ധനായ നമ്മുടെ യോഗത്തിന്റെ അദ്ധ്യക്ഷൻ ശ്രീനാരായണഗുരു തൃപ്പാദങ്ങൾ അവിടത്തെ സാന്നിദ്ധ്യം കൊണ്ട് തന്നെ നമ്മിൽ ഉന്മേഷവും ശക്തിയും പകരുന്നു. തങ്ങളുടെ ശക്തിയും പണവും എന്നല്ല സർവ്വസ്വവും അവരവർ ഏർപ്പെട്ടിരിക്കുന്ന കാര്യസാദ്ധ്യത്തിനായി ബലികഴിക്കാൻ സന്നദ്ധരായി സ്വജാതിസ്നേഹം നിറഞ്ഞുകവിയുന്ന ഡോ. പല്പുവിനെപ്പോലുള്ള മാന്യന്മാരുള്ളത് നമ്മുടെ സമുദായത്തിന്റെ അഭിവൃദ്ധി ഉറപ്പാക്കുന്നു. ശിശുപ്രായം കവിയാത്ത നിലയിൽ ഇരിക്കുന്ന ഈ യോഗംകൊണ്ട് സാധിക്കേണ്ടതായി ഈശ്വരൻ കരുതിയിരിക്കുന്ന കാര്യങ്ങൾ മുന്നോട്ട് കൊണ്ടുപോകേണ്ടതിനുള്ള അമരക്കാരനായിരിക്കുന്നത് ഡോ. പല്പുവാണ്. ഡോ. പല്പുവിന്റെയും ജനറൽ സെക്രട്ടറി എൻ കുമാരനാശാന്റെയും അശ്രാന്തപരിശ്രമവും കർമ്മകുശലതയും നിസ്വാർത്ഥസേവനവുമാണ് ഈ നിലയിൽ വളർന്നുവരാൻ സഹായിച്ചിട്ടുള്ളതെന്ന് നാം കൃതജ്ഞതാപൂർവ്വം സ്മരിക്കേണ്ടതാണ്. (*ഡോ. പല്പുവിന്റെ കഥ*)

ഈ സമ്മേളനത്തോടെയാണ് ശിവഗിരി പ്രശസ്തിയിലേക്ക് ഉയരുന്നത്. യോഗം ഈഴവരുടെ മാത്രം അഭിവൃദ്ധിക്കായി പ്രവർത്തിച്ച സംഘടനയായിരുന്നില്ല. യോഗത്തിന്റെ നേതാക്കൾക്ക് ദേശീയവീക്ഷണവും മനുഷ്യസ്നേഹവും ഉണ്ടായിരിക്കണമെന്നാണ് ശ്രീ നാരായണഗുരു നല്കിയ ഉപദേശം.

ഒമ്പതാം വാർഷികസമ്മേളനത്തിൽ യോഗം സുപ്രധാനമായ ചില തീരുമാനങ്ങളെടുത്തു. പുലയർ അടക്കം പിന്നോക്കം നില്ക്കുന്ന വിഭാ

ഗങ്ങളുടെ ഉന്നമനത്തിനായി പ്രവർത്തിക്കണമെന്നും അതിനായി പൊതുജനങ്ങളെ പ്രോത്സാഹിപ്പിക്കണമെന്നും തീരുമാനിക്കുന്നത് ഈ യോഗത്തിൽ വച്ചാണ്.

1904 ൽ ശ്രീനാരായണഗുരു വർക്കലയിലെ ഒരു കുന്നിൻപ്രദേശം വിലയ്ക്ക് വാങ്ങി. പ്രകൃതിരമണീയമായ ഈ സ്ഥലത്ത് ഗുരു ഒരു ആശ്രമം സ്ഥാപിച്ചു. ഈ സമയത്ത് തൊട്ടടുത്തുള്ള ചിലർ അവരുടെ ഭൂമി ഗുരുവിന് ദാനമായി നല്കി. വിവിധ ഇനം സസ്യങ്ങൾ ഇതിന്റെ പരിസരങ്ങളിൽ ഗുരു നട്ടുവളർത്തിയിരുന്നു. ഈ സ്ഥലത്തിന് ശിവഗിരി എന്നാണ് നാരായണഗുരു പേര് നല്കിയത്. ഗുരു എപ്പോഴും ഇവിടെ വിശ്രമിച്ചിരുന്നു. കൂടുതൽ ജനങ്ങൾ ഇവിടെ എത്താൻ തുടങ്ങിയതോടെ പാവപ്പെട്ടവർക്കും അധസ്ഥിതർക്കുമായി അവിടെ ഒരു പാഠശാല ഗുരു സ്ഥാപിച്ചു.

ഇത്തരത്തിലുള്ള വിദ്യാഭ്യാസ പ്രചാരണത്തിന്റെ ഭാഗമായാണ് യോഗത്തിന്റെ ഒമ്പതാം സമ്മേളനത്തോട് അനുബന്ധിച്ച് ശിവഗിരിയിൽ ശാരദാപ്രതിഷ്ഠ നടത്തുന്നത്.

ആലുവയിൽ വച്ചാണ് യോഗത്തിന്റെ പതിനൊന്നാം വാർഷികം നടക്കുന്നത്. ഈ യോഗത്തിൽ പല്പുവാണ് അദ്ധ്യക്ഷത വഹിച്ചത്. ദിവാൻ പി രാജാഗോപാലാചാരിക്ക് ഈ സമ്മേളനത്തിൽ യാത്രയയപ്പു നല്കി. ഇതിന് മുൻകൈ എടുത്തത് ഡോ. പല്പുവായിരുന്നു. രാജഗോപാലാചാരി നടത്തിയ മറുപടി പ്രസംഗത്തിൽ പല്പുവിനെക്കുറിച്ച് ഇങ്ങനെ പറയുന്നു:

ജാതിഭേദമതദ്വേഷമേതുമില്ലാതെ, സോദരത്വേനവാഴുന്ന മാതൃകാസ്ഥാനമാകണം താൻ വസിക്കുന്ന നാടെന്ന് കണ്ടുപെരുമാറിയ മനുഷ്യസ്നേഹിയായിരുന്നു ഡോ. പല്പു. തന്റെ സമുദായത്തിന് കല്പിച്ച വിലക്കുകൾ നീക്കം ചെയ്യുന്നതിന് അദ്ദേഹം പ്രയത്നിച്ചപ്പോഴും അന്യസമുദായാംഗങ്ങൾക്ക് നേരിടേണ്ടിവന്ന പതിത്വം നീക്കുവാൻ ആ മഹാൻ ജാഗരൂകനായിരുന്നു. ഒരു പ്രത്യേക വിഭാഗത്തിന്റെ അഭിവൃദ്ധിയെ മുന്നിൽക്കണ്ടായിരുന്നില്ല അദ്ദേഹം പ്രവർത്തിച്ചത്. സർവ്വസമുദായ സമത്വവും മനുഷ്യവർഗ്ഗ ഏകീകരണവുമാണ് ഡോ. പല്പു ലക്ഷ്യമിട്ടത്. എല്ലാ പട്ടിണിക്കാർക്കും ഉപജീവനത്തിനുള്ള മാർഗ്ഗം കാട്ടിക്കൊടുക്കുവാൻ ശ്രദ്ധചെലുത്തിയിരുന്നു. കുടിൽവ്യവസായം പ്രചരിപ്പിക്കുന്നതിന് നടത്തിയ ശ്രമങ്ങളിൽനിന്ന് ഇത് വ്യക്തമാകുന്നുണ്ട്. ഒരു പ്രത്യേക വർഗ്ഗത്തിന്റെ സാമ്പത്തികമായ നേട്ടത്തെമാത്രം അദ്ദേഹം ലക്ഷ്യമാക്കിയിരുന്നില്ല.

മറ്റ് സമുദായാംഗങ്ങളുമായി രമ്യതയിൽ കഴിഞ്ഞ് പ്രവർത്തിച്ച് അഭിവൃദ്ധിനേടാനാണ് സ്വസമുദായാംഗങ്ങളോട് അദ്ദേഹം നിർദ്ദേശിച്ചത്. എന്നാൽ സ്വസമുദായക്കാരുടെ പുരോഗതിയിൽ അസൂയാലുക്കളായ അന്യസമുദായാംഗങ്ങളെ വിമർശിച്ച് തെറ്റുതിരുത്തുവാനും അദ്ദേഹത്തിന് കഴിഞ്ഞു.

സി രാജഗോപാലാചാരിയുടെ ഈ വാക്കുകൾ പല്പുവിന്റെ സാമൂഹിക ദർശനത്തിലേക്കുള്ള ഒരു വാതിലാണ്. സ്വന്തം സമുദായത്തിന്റെ ഉന്നമനം മാത്രമായിരുന്നില്ല യോഗത്തിന്റെയും അതിന് നേതൃത്വപരമായ പങ്കുവഹിച്ച ഡോ. പല്പുവിന്റെയും ലക്ഷ്യം. തുടക്കത്തിൽ ശ്രീനാരായണഗുരു ധർമ്മസംരക്ഷണാർത്ഥം സ്ഥാപിതമായ സംഘടനയിൽ ഇതര സമുദായക്കാർക്ക് അംഗത്വം നല്കിയിരുന്നില്ല. ശ്രീനാരായണഗുരുവും ഡോ. പല്പുവും ഈ നിലപാടിനെ അനുകൂലിച്ചില്ല. കൊല്ലത്തു നടന്ന സമ്മേളനത്തിൽ ഇതര സമുദായക്കാരെക്കൂടി യോഗത്തിൽ ചേർക്കണമെന്ന് പല്പു ആവശ്യപ്പെട്ടു. അതിനെത്തുടർന്ന് യോഗത്തിന്റെ അംഗത്വം ഇതരസമുദായക്കാർക്കുകൂടി നല്കാൻ തീരുമാനമായി.

സംരംഭകൻ

സംഘടനയിലൂടെ ശക്തമാകുന്നതിനോടൊപ്പം സമുദായത്തിന്റെ സാമ്പത്തികവും സാമൂഹികവുമായ ഉന്നമനത്തിന് ദാരിദ്ര്യനിർമ്മാർജ്ജന പദ്ധതികൾ ആവിഷ്കരിക്കാനും പല്പു മുൻകൈയെടുത്തു. അറിവിനൊപ്പം സാമ്പത്തികമായ വളർച്ചയും തന്റെ സമുദായത്തിന് ഉണ്ടായാൽ മാത്രമേ സമൂഹത്തിൽ മുന്നേറാൻ കഴിയൂ എന്ന് അദ്ദേഹം മനസ്സിലാക്കി. സാധാരണക്കാരുടെ ജീവിതത്തെ ഉയർത്തിക്കൊണ്ടുവരുവാൻ കുടിൽവ്യവസായം നല്ലൊരു മാർഗ്ഗമാണെന്ന് പല്പു കണ്ടെത്തി. നിലവിലെ വിദ്യാഭ്യാസ രീതി തൊഴിലിന് പ്രാമുഖ്യം നല്കുന്നതല്ലെന്ന് തിരച്ചറിഞ്ഞതോടെയാണ് ചെറുകിട വ്യവസായങ്ങൾ വികസിപ്പിച്ചെടുക്കാൻ പല്പു തീരുമാനിച്ചത്. ഇവിടെ പല്പു എന്ന സംരംഭകനെയാണ് നമുക്ക് കാണാൻ കഴിയുക.

പഴയ കുടിൽ വ്യവസായങ്ങളെ പരിഷ്കരിക്കുന്നതിനൊപ്പം പുതിയവ സൃഷ്ടിക്കാനും അദ്ദേഹം ശ്രമിച്ചു. പല്പുവിന്റെ കൈയിൽനിന്ന് ഇതിനായി ധാരാളം പണം ചെലവായെങ്കിലും അദ്ദേഹം പിന്മാറിയില്ല.

പല്പു മൈസൂറിൽ ജയിൽ സൂപ്രണ്ടായി ജോലി ചെയ്യുന്ന സമയത്താണ് കുടിൽ വ്യവസായത്തെ സംബന്ധിച്ച് പഠനം നടത്തുന്നത്. ഇതിന്റെ പരീക്ഷണമെന്ന നിലയിൽ ജയില്പുള്ളികൾക്ക് കൈത്തൊഴിലുകളിൽ പരിശീലനം നല്കി. ഇവർ ഉണ്ടാക്കുന്ന വസ്തുക്കൾ വ്യവസായ മ്യൂസിയത്തിൽ പ്രദർശിപ്പിച്ചു. അവിടെ നിന്ന് വില്ക്കുന്ന സാഘനങ്ങളുടെ തുക ഓരോ ജയില്പുള്ളികളുടെയും പേരിൽ നിക്ഷേപിക്കാനും പല്പു മറന്നില്ല. അതുകൊണ്ട് ജയിൽ ജീവിതം കഴിഞ്ഞ് പുറത്തിറങ്ങുമ്പോൾ അവർക്ക് നല്ലൊരു സംഖ്യ ലഭിച്ചിരുന്നു. ഇത്തരം തൊഴിലുകൾ കുടുംബക്കാരെയും സുഹൃത്തുക്കളെയും പഠിപ്പിക്കണമെന്ന ഉപ

ദേശവും ഇവർക്ക് പല്പു നല്കിയിരുന്നു.

1917 ജൂൺ 23 ന് ജയിൽ ഇൻസ്പെക്ടർക്ക് ഇത് സംബന്ധിച്ച ഒരു കത്ത് പല്പു അയയ്ക്കുന്നുണ്ട്:

> ഞാൻ ചായങ്ങൾ, നാരുകൾ, പുല്ലുകൾ, ഇലകൾ, ഉപയോഗമില്ലാത്ത സാധനങ്ങൾ, എണ്ണകൾ, കളിമണ്ണ്, മറ്റ് പാഴ്വസ്തുക്കൾ എന്നിവകൊണ്ട് വ്യവസായ സംബന്ധമായ അനേകം പരീക്ഷണങ്ങൾ നടത്തിയിട്ടുണ്ട്. ഇവ വിറ്റുവന്നിട്ടുള്ള തുക മുഴുവൻ സർക്കാർ ഖജനാവിൽ അടച്ചിരിക്കുന്നു. ഈ പുതിയ വ്യവസായങ്ങളെല്ലാം സർക്കാരിന് ആദായകരമാണെന്നു ജയില്പുള്ളികൾക്ക് പരിചയം സിദ്ധിക്കുമ്പോൾ അധികം ആദായകരമാകുമെന്നും കരുതുന്നു. (*ഡോ. പല്പുവിന്റെ കഥ*)

ഇതിൽനിന്നും പല്പു ചെറുകിട സംരംഭങ്ങൾ ജയിലിനുള്ളിൽ ആരംഭിക്കുകയും അത് വിജയിപ്പിക്കുകയും ചെയ്തു എന്നാണ് മനസ്സിലാക്കാനാവുക. പാഴ്വസ്തുക്കൾ ഉപയോഗിച്ചാണ് കുടിൽ വ്യവസായം സാധിച്ചത്. പോഷകമൂല്യമുള്ള നെല്വിത്തുകളും പല്പു ഉല്പാദിപ്പിച്ചു. ഇത്തരത്തിൽ നൂറ്റി അമ്പതോളം ചെറുകിട വ്യവസായങ്ങൾ വികസിപ്പിച്ചെടുക്കാൻ അദ്ദേഹത്തിന് കഴിഞ്ഞു.

നെല്ല് കുത്തി അരിയാക്കുന്നതിന് പകരം കൃത്രിമമായി അരിയുണ്ടാക്കുന്ന സാങ്കേതിക വിദ്യ പല്പുവിന് വശമായിരുന്നു. എന്നാൽ ജർമ്മൻ രീതിയാണെന്ന് പറഞ്ഞ് അധികൃതർ തള്ളുകയായിരുന്നു. കുച്ചു ബീഹാർ മഹാരാജാവ് ജിതേന്ദ്രനാരായണ ഭൂപൻ, മൈസൂർ ചീഫ് ജസ്റ്റിസ് സർ ലെസ്ലി മില്ലർ, മൈസൂർ ബാങ്ക് മാനേജർ റോസ്, മൈസൂർ കൃഷിവകുപ്പ്, ഡയറക്ടർ ഡോ. എൽ സി കോൾമെൻ എന്നിവർ പല്പുവിനെ ഈ സാങ്കേതിക വിദ്യ കണ്ടുപിടിച്ചതിന്റെ പേരിൽ അഭിനന്ദിക്കുകയുണ്ടായി.

കുടിൽവ്യവസായത്തിലൂടെ ഉല്പാദിപ്പിച്ച സാധനങ്ങൾ വില്ക്കുന്നതിനായി മൈസൂറിൽ ഒരു വില്പനകേന്ദ്രവും പല്പു തുറന്നു. മൈസൂർ ഇൻഡസ്ട്രീസ് ഹോം എന്നായിരുന്നു ഇതിന്റെ പേര്. മകൾ ആനന്ദലക്ഷ്മിയായിരുന്നു ഈ സ്ഥാപനത്തിന്റെ ചുമതല വഹിച്ചിരുന്നത്.

ഒരു റഷ്യൻ ശാസ്ത്രജ്ഞൻ തേൻ സംസ്കരിച്ച് സൂക്ഷിക്കുന്നത് കണ്ട പല്പു ഇത്തരം ഒരു പരീക്ഷണത്തിന് തയ്യാറായി. 1900 ൽ ഫ്രാൻസിൽ പാസ്ചർ ഇൻസ്റ്റിറ്റ്യൂട്ടിൽ പരിശീലനം നേടുന്ന സമയത്താണ് പല്പു ഈ പരീക്ഷണം കാണുന്നത്. തെങ്ങിൻ കള്ളിന്റെ പോഷകമൂല്യത്തെപ്പറ്റി പല്പുവിന് നേരത്തെ അറിയാമായിരുന്നു. തെങ്ങിൻ കള്ള് ആരോഗ്യദായകമാണെന്ന പ്രചാരണം നടത്താനും അദ്ദേഹം തയ്യാറായി. എന്നാൽ തെങ്ങിൻ കള്ളിനെ മദ്യമാക്കി ഉപയോഗിക്കുന്നതിന് പല്പു എതിരായിരുന്നു. തെങ്ങിൻകള്ള് സംസ്കരിച്ച്

സൂക്ഷിക്കുന്നതിനുള്ള ശാസ്ത്രീയവശം വികസിപ്പിച്ചെടുക്കാൻ അദ്ദേഹത്തിന് കഴിഞ്ഞു. തെങ്ങിൻ കള്ളിൽനിന്ന് വീഞ്ഞുകൾ നിർമ്മിച്ച പല്പു മഹാകവി രവീന്ദ്രനാഥ ടാഗോറിനെപ്പോലുള്ളവർക്ക് വീഞ്ഞ് നിറച്ച കുപ്പികൾ അയയ്ക്കുമായിരുന്നു.

ഒരു പ്രത്യേകതരം മരത്തിന്റെ കായ്കൾ ആട്ടിയെടുത്ത എണ്ണ കൊണ്ട് സസ്യഘൃതം എന്ന വെണ്ണയുണ്ടാക്കിയിരുന്നു. ഗവേഷണങ്ങളിലൂടെ പുതിയ ഇനം സസ്യങ്ങളെ ഉല്പാദിപ്പാക്കാനും പല്പു ശ്രമിച്ചു. അദ്ദേഹം നടത്തിയ ഓരോ പരീക്ഷണവും വൻ വിജയമായിരുന്നു. വിവിധ സ്ഥലങ്ങളിലൂടെ യാത്രചെയ്യുമ്പോൾ കണ്ടുകിട്ടുന്ന കല്ലുകൾ ശേഖരിക്കുക എന്നത് അദ്ദേഹത്തിന്റെ സ്വഭാവമായിരുന്നു. യന്ത്രങ്ങൾ ഉപയോഗിച്ച് ഇവയെ ചെത്തിമിനുക്കി ഓരോ ഉല്പന്നങ്ങളാക്കുന്ന സാങ്കേതികവിദ്യയും അദ്ദേഹത്തിന് അറിയാമായിരുന്നു. വ്യത്യസ്തമായ വസ്തുക്കൾ ഉണ്ടാക്കാനുള്ള വിദ്യ ഹൈദരാബാദിലെ കരകൗശല വിദഗ്ദ്ധരിൽനിന്നാണ് അദ്ദേഹം അഭ്യസിച്ചത്. കരകശൗല വിദ്യയിൽ സ്ത്രീകൾക്ക് കൂടുതൽ പരിശീലനം നല്കണമെന്നായിരുന്നു പല്പുവിന്റെ അഭിപ്രായം. ചെറുകിട വ്യവസായങ്ങൾ പ്രോത്സാഹിപ്പിക്കാൻ സർക്കാരിനോടും വ്യവസായ സംരംഭകരോടും അദ്ദേഹം നിരന്തരം ആവശ്യപ്പെട്ടുകൊണ്ടിരുന്നു.

ആലുവയിൽ താമസിക്കുന്ന സമയത്ത് പല്പുവും കുടുംബവും നിർമ്മിച്ച കരകൗശല വസ്തുക്കൾ പ്രദർശിപ്പിക്കുന്നതിനായി അവിടെ ഒരു മ്യൂസിയം തുറന്നു. ഗാന്ധിജി ഇവിടെ സന്ദർശിക്കുകയും പല്പുവിനെ അഭിനന്ദിക്കുകയും ചെയ്തിട്ടുണ്ട്. കൊച്ചിദിവാൻ, ബ്രിട്ടീഷ് റസിഡന്റ് എന്നിവരും ഈ മ്യൂസിയം സന്ദർശിച്ചിട്ടുണ്ട്.

വ്യവസായം, ആരോഗ്യം, വിദ്യാഭ്യാസം എന്നീ മേഖലകളുടെ സമഗ്രമായ വികസനത്തിന് ഒരു പദ്ധതി പല്പു തയ്യാറാക്കി. മഹാരാജാവും കൊച്ചിദിവാനും ബ്രിട്ടീഷ് റസിഡന്റും ഇത് അംഗീകരിച്ചു. എന്നാൽ ഉദ്യോഗസ്ഥരുടെ അന്യായമായ ഇടപെടലുകളും വിദേശ കമ്പനികളുടെ കടന്നുകയറ്റവുംമൂലം ഇത് നടക്കാതെ പോയി. പിന്നീട് പുതിയൊരു പ്രോജക്ട് സർക്കാരുമായും വ്യവസായ സംരംഭകരുമായും പല്പു ചർച്ച നടത്തി. പദ്ധതികൾ നടപ്പാകില്ലെന്ന് അറിയാമായിരുന്നു. എന്നാൽ ചെറുകിട വ്യവസായങ്ങളെപ്പറ്റി അവരെ ബോധവല്ക്കരിക്കുകയായിരുന്നു അദ്ദേഹത്തിന്റെ ലക്ഷ്യം.

പല്പുവിന്റെ ചെറുകിട സംരംഭങ്ങൾക്ക് വിഘാതം സൃഷ്ടിച്ചത് തീരപ്രദേശങ്ങളിൽ പ്രവർത്തിച്ചിരുന്ന വിദേശകമ്പനികളാണ്. ഇത്തരം കമ്പനികൾക്ക് പൊതുജനങ്ങളുമായി സമ്പർക്കമില്ലായിരുന്നു. വളരെ കുറച്ച് ഉല്പന്നങ്ങൾമാത്രമാണ് അവർ ശേഖരിച്ചിരുന്നത്. സാമ്പത്തിക ഇടപാടുകളിൽ അവർ സത്യസന്ധത പുലർത്തിയിരുന്നതുമില്ല.

ഒന്നാം ലോകമഹായുദ്ധകാലത്ത് വിദേശകമ്പനികൾ കയറ്റുമതി നിർത്തി വെച്ചു. എന്നാൽ ജർമ്മൻ കമ്പനികൾ അവയുടെ പ്രവർത്തനം

തുടർന്നു. ഒട്ടുമിക്ക വിദേശകമ്പനികളും കയറ്റുമതി നിർത്തിയതോടെ ഇവിടത്തുകാരുടെ തൊഴിൽ നഷ്ടപ്പെട്ടു. കയറ്റുമതി സാധനങ്ങൾ കെട്ടിക്കിടന്നതോടെ തൊഴിലാളികൾ പട്ടിണിയിലായി. ഈ സമയത്ത് അധികൃതർ വിലകൂടിയ അരി ബർമ്മയിൽനിന്ന് ഇറക്കുമതി ചെയ്തു. ഈ പ്രശ്നം മറികടക്കുന്നതിനായി മലബാർ എക്കണോമിക് യൂണിയൻ ലിമിറ്റഡ് എന്ന പേരിൽ ഒരു കമ്പനി 1914 ൽ പല്പു രജിസ്റ്റർ ചെയ്തു. ഈ കമ്പനിയുടെ സുഗമമായ നടത്തിപ്പിന് ഡയറക്ടറന്മാരെയും ഓഹരിക്കാരെയും അദ്ദേഹം കണ്ടെത്തി. എസ് എൻ ഡി പിയുടെ കീഴിലാണ് ഇതിന്റെ പ്രവർത്തനങ്ങൾ ഏകോപിപ്പിച്ചത്. അന്യസമുദായക്കാരും ഈ കമ്പനിയുടെ അംഗങ്ങളായിരുന്നു. കുറഞ്ഞകാലം കൊണ്ട് വൻതോതിൽ ഉല്പന്നങ്ങൾ ശേഖരിക്കാൻ കഴിഞ്ഞത് കമ്പനിയുടെ നേട്ടമായി. കമ്പനിയുടെ മുടക്കുമുതൽ ഒരു ലക്ഷം രൂപയായിരുന്നു.

ഇംഗ്ലണ്ടിൽ വച്ച് ഒരു എഞ്ചിനീയറായ സുഹൃത്തിനെ കമ്പനിയുടെ മാനേജരായി പല്പു നിയമിച്ചു. സാധനങ്ങൾ വില്ക്കുവാനുള്ള ചുമതല മദ്രാസിൽ പ്രവർത്തിച്ചുകൊണ്ടിരുന്ന ഒരു ബ്രിട്ടീഷ് കമ്പനിയെയാണ് ഏല്പിച്ചത്. നാരായണഗുരുവിനെ കമ്പനിയുടെ ഡയറക്ടറന്മാരിൽ ഒരാളായി ചേർത്തു. ഗുരു ഈ രംഗത്തേക്ക് വന്നാൽ നിരവധിപേർ കമ്പനിയുടെ ഭാഗമാകുമെന്ന് പല്പുവിന് അറിയാമായിരുന്നു. ലാഭത്തിന്റെ ഇരുപത്തഞ്ച് ശതമാനം ഗുരുവിന്റെ പേരിൽ നടത്തുന്ന സാമൂഹ്യപ്രവർത്തനങ്ങൾക്കും വിദ്യാഭ്യാസ സ്ഥാപനങ്ങൾക്കുമായി മാറ്റിവയ്ക്കാൻ പല്പു നേരത്തെതന്നെ തീരുമാനിച്ചിരുന്നു.

ആലുവയിൽ ചേർന്ന എസ് എൻ ഡി പി യോഗത്തിന്റെ സമ്മേളനത്തിൽ വച്ചാണ് പുതുതായി ആരംഭിക്കുന്ന ഈ സംരംഭത്തെക്കുറിച്ച് പല്പു വിശദീകരിക്കുന്നത്. യോഗത്തിന്റെ നേതൃത്വത്തിൽ സഹകരണ സംഘങ്ങൾ ആരംഭിച്ചതിനു പിന്നിലും പല്പുവായിരുന്നു.

സാധാരണ ജനങ്ങളെ സാമ്പത്തികമായി സഹായിക്കുന്നതിനായി ഗുരുവിന്റെ നേതൃത്വത്തിൽ ധർമ്മഷോഡതി എന്ന പേരിൽ ഒരു ലോട്ടറി തുടങ്ങാൻ തീരുമാനിച്ചു. ലോട്ടറിയിൽനിന്ന് കിട്ടുന്ന പണവും സമ്മാനമായി നല്കുന്ന പണവും സാമൂഹിക ധാർമ്മികപ്രവർത്തനങ്ങൾക്ക് വിനിയോഗിക്കുക എന്നതായിരുന്നു ലക്ഷ്യം. ധർമ്മഷോഡതി സംഘത്തിന്റെ വൈസ് പ്രസിഡന്റ് ഡോ. പല്പുവായിരുന്നു.

പല്പു ഒരു സാമൂഹിക പരിഷ്കർത്താവും നവോത്ഥാനനായകനും എന്നതുപോലെ മാതൃകയാക്കേണ്ട ഒരു സംരംഭകൻ കൂടിയായിരുന്നു എന്നാണ് അദ്ദേഹത്തിന്റെ ഇത്തരം പ്രവർത്തനങ്ങൾ തെളിയിക്കുന്നത്.

പല്പുവിന്റെ വിദ്യാഭ്യാസ സങ്കല്പം

വിദ്യാഭ്യാസം പല്പുവിന് ജീവിതോപാധി മാത്രമായിരുന്നില്ല. അക്കാലത്തെ വ്യവസ്ഥിതിയുടെ അനീതികൾക്കെതിരെയുള്ള പോരാട്ടം കൂടിയായിരുന്നു. അധഃസ്ഥിത ജനതയുടെ സാമൂഹിക സാംസ്കാരിക ഉന്നമനത്തിൽ വിദ്യാഭ്യാസത്തിന് വളരെയധികം പ്രാധാന്യമുണ്ടെന്ന് പല്പു തിരിച്ചറിഞ്ഞിരുന്നു. സാധാരണക്കാരനായ പല്പുവിൽനിന്ന് ഡോ. പല്പുവിലേക്കുള്ള പ്രയാണത്തിലൂടെ സ്വന്തം ജീവിതം തന്നെ സന്ദേശമാക്കുകയായിരുന്നു അദ്ദേഹം. വിദ്യകൊണ്ട് പ്രബുദ്ധരാകുക, സംഘടനകൊണ്ട് ശക്തരാകുക എന്ന ശ്രീനാരായണദർശനം അക്ഷരംപ്രതി പാലിക്കുകയും അത് മറ്റുള്ളവർക്കുകൂടി പകർന്നു നല്കുകയുമായിരുന്നു ഡോ. പല്പു.

വിദ്യാഭ്യാസത്തെക്കുറിച്ച് പല്പുവിന് വ്യക്തമായ ഒരു കാഴ്ചപ്പാടുണ്ടായിരുന്നു. അദ്ദേഹം പറയുന്നു:

> സർക്കാർ സ്വീകരിച്ചിട്ടുള്ള വിദ്യാഭ്യാസ പദ്ധതി അനാവശ്യമായ സമയനഷ്ടത്തിനും ധന നഷ്ടത്തിനും ഇടയാക്കുന്നു. പല ന്യൂനതകളും ഇതിനുണ്ട്. ബുദ്ധമതകാലത്ത് പ്രചാരത്തിലിരുന്ന വിദ്യാഭ്യാസ സമ്പ്രദായം ചെലവ് കുറഞ്ഞതും സ്വാഭാവികവും പ്രയോഗക്ഷമവും ആയിരുന്നു. ഐകമത്യബോധവും ഗുണനിഷ്ഠയും ഐശ്വര്യവും വളർത്തുവാൻ അതിന് കഴിഞ്ഞു. സാമാന്യജനങ്ങളെ പൂർവ്വസ്ഥിതിയിലേക്ക് ഉയർത്തുവാൻ ഉദ്ദേശിക്കുന്ന വിദ്യാഭ്യാസ പദ്ധതി സ്വഭാവത്തെ സംസ്കരിക്കുന്നതിനും സ്വയംസഹായം, സാർവ്വത്രിക സ്നേഹം, പരോപകാരതല്പരത എന്നീ ഗുണങ്ങൾ പോഷിപ്പിക്കുന്നതിനും സഹായകമാവണം. സാങ്കേതിക

> വിദ്യാഭ്യാസവും സാമാന്യ വിദ്യാഭ്യാസവും സമന്വയിപ്പിച്ചുകൊണ്ടുള്ള വിദ്യാഭ്യാസ പദ്ധതിയാണ് കൂടുതൽ സ്വീകാര്യം. ജാതിമത ഭേദമോ സാമ്പത്തിക സ്ഥിതിയോ ഇതിന് മാനദണ്ഡമാകരുത്. ചെലവ് കുറഞ്ഞതും പ്രായോഗികവുമായ രീതികളാണ് അവലംബിക്കേണ്ടത്. (*ഡോ. പല്പുവിന്റെ കഥ*)

സാമൂഹിക വ്യവഹാരങ്ങളെയാകെ ജാതിവ്യവസ്ഥ നിയന്ത്രിച്ചിരുന്ന ഒരു കാലഘട്ടത്തിൽ വിദ്യാഭ്യാസമെന്നത് അവർണ്ണസമൂഹത്തിന് ആലോചിക്കാൻ പോലും കഴിയുന്ന കാര്യമായിരുന്നില്ല. അതിനെതിരെയുള്ള ചെറുതും വലുതുമായ സംഘർഷങ്ങൾക്കും പ്രക്ഷോഭങ്ങൾക്കും പല്പുവടക്കമുള്ള നവോത്ഥാന നായകർ വലിയ പങ്കുവഹിച്ചു. 1920 കളിലാണ് പല്പു തന്റെ വിദ്യാഭ്യാസ ചിന്തകളുമായി രംഗത്തുവരുന്നത്. അതിനുമുമ്പ് തന്നെ നാരായണഗുരു ആധുനിക വിദ്യാഭ്യാസത്തിന്റെ പ്രസക്തിയെക്കുറിച്ച് സംസാരിക്കാറുണ്ടായിരുന്നു.

തൊഴിലധിഷ്ഠിത വിദ്യാഭ്യാസം കുട്ടികൾക്ക് നല്കണമെന്നായിരുന്നു പല്പുവിന്റെ അഭിപ്രായം. അക്ഷരം പഠിക്കുന്നതിന് കുറച്ച് സമയവും തൊഴിൽ അഭ്യസിക്കുന്നതിന് കൂടുതൽ സമയവും ചെലവഴിക്കണമെന്ന് പല്പു ചൂണ്ടിക്കാട്ടി. ഗാന്ധിജിക്ക് മുമ്പ് തന്നെ ഇത്തരത്തിൽ തൊഴിലധിഷ്ഠിതവിദ്യാഭ്യാസം എന്ന ആശയം മുന്നോട്ട് വച്ചത് പല്പുവാണ്. ഇന്ത്യയിലും പുറത്തും വിദ്യാഭ്യാസം ചെയ്ത പല്പുവിന് പൗരസ്ത്യവും പാശ്ചാത്യവുമായ ബോധനരീതികളെ താരതമ്യം ചെയ്ത് പഠിക്കാനുള്ള അവസരം കിട്ടിയിട്ടുണ്ട്.

സാഹിത്യസംബന്ധിയായ കൃതികളൊന്നും പല്പു രചിച്ചിട്ടില്ല. എന്നാൽ കലയെക്കുറിച്ചും സാഹിത്യത്തെക്കുറിച്ചുമൊക്കെ അദ്ദേഹം പഠനം നടത്തിയിരുന്നു. ഇന്ത്യയുടെ സാമൂഹിക നവോത്ഥാനത്തിനും സാംസ്കാരിക ഉണർവ്വിനും വഴിതെളിച്ച മഹാരഥന്മാരിൽ പ്രമുഖസ്ഥാനമാണ് രവീന്ദ്രനാഥ ടാഗോറിനുള്ളത്. ബംഗാളിലെ നവോത്ഥാന മുന്നേറ്റങ്ങൾ; കേരളത്തിന്റെ നവോത്ഥാന നായകരുടെ പ്രവർത്തനങ്ങൾക്ക് പ്രചോദനവും വഴികാട്ടിയുമായിരുന്നു. അതുപോലെ നാരായണഗുരുവിന്റെ സ്വാധീനം രവീന്ദ്രനാഥ ടാഗോറിനെപ്പോലുള്ളവരും തിരിച്ചറിഞ്ഞു.

1922 ൽ ടാഗോർ നാരായണഗുരുവിനെ സന്ദർശിച്ചു. കൊളംബിയയിൽനിന്ന് വരും വഴി തിരുവിതാംകൂറിലെത്തിയപ്പോഴാണ് അദ്ദേഹം ഗുരുവിനെ കാണുന്നത്. മഹാകവി ടാഗോറിനെ സ്വീകരിച്ചത് ഡോ. പല്പുവായിരുന്നു. ടാഗോറിന് നല്കിയ സ്വീകരണച്ചടങ്ങിൽ സ്വാഗതപ്രസംഗം നടത്തിയതും പല്പുവാണ്.

കവിയും നവോത്ഥാനനേതാവും പ്രജാസഭാംഗവുമായിരുന്ന മൂലൂർ എസ് പത്മനാഭപ്പണിക്കരുമായി ആഴത്തിലുള്ള സൗഹൃദം അദ്ദേഹത്തിനുണ്ടായിരുന്നു. മൂലൂരുമായി പല്പു നിരന്തര സമ്പർക്കം പുലർത്തിയിരുന്നു. ടാഗോറും നാരായണഗുരുവും തമ്മിലുള്ള കൂടിക്കാഴ്ചയെക്കുറിച്ച് അദ്ദേഹം മൂലൂരിനെഴുതിയ കത്തിൽ ഇങ്ങനെ പറയുന്നു:

നമ്മുടെ സ്വാമിയെ ടാഗോറിന് തീരെ ബോധിച്ചു. അങ്ങോട്ട് എങ്ങനെയും നിർദ്ദേശം നല്കിയിട്ടാണ് അദ്ദേഹം വിടപറഞ്ഞത്. മൂലൂരരിന്റെ ദേശീയവും ആത്മീയവുമായ കാഴ്ചപ്പാടുകൾ പല്പുവിനെ ഏറെ സ്വാധീനിച്ചിട്ടുണ്ട്. അതുപോലെ സഹോദരൻ അയ്യപ്പനുമായും അടുത്തബന്ധം അദ്ദേഹത്തിനുണ്ടായിരുന്നു. അയ്യപ്പന്റെ ഭൗതികവാദ നിലപാടുകൾ ഡോ. പല്പുവിനെ സ്വാധീനിച്ചിട്ടുണ്ട്. 1917 ൽ സഹോദരൻ അയ്യപ്പന്റെ നേതൃത്വത്തിൽ ചെറായിയിൽ മിശ്രഭോജനം നടക്കുമ്പോൾ ഡോ. പല്പു ബാംഗ്ലൂരിലായിരുന്നു. വിവരങ്ങൾ അറിഞ്ഞ ഉടൻ അദ്ദേഹത്തെ അഭിനന്ദിച്ചുകൊണ്ട് പല്പു കത്തെഴുതുകയുണ്ടായി. തിരുവനന്തപുരത്തും മിശ്രഭോജനം നടത്തേണ്ടതാണെന്ന് ഈ കത്തിൽ അദ്ദേഹം സൂചിപ്പിച്ചു. *സഹോദരൻ* പത്രം തുടങ്ങിയ കാലംമുതൽ പല്പു അതിന്റെ വരിക്കാരനായിരുന്നു. അയ്യപ്പന്റെ കൃതികളിൽ ബൗദ്ധകാണ്ഡമാണ് പല്പുവിനെ ഏറെ ആകർഷിച്ചത്.

സഹോദരൻ അയ്യപ്പൻ; അധസ്ഥിതരോടുള്ള ഗാന്ധിജിയുടെ നിലപാടുകളെ നിശിതമായി വിമർശിക്കുകയും അംബേദ്കറുടെ നിലപാടുകളോട് യോജിക്കുകയും ചെയ്തു. ഡോ. പല്പുവിന് ഗാന്ധിജിയോട് ബഹുമാനം ഉണ്ടായിരുന്നെങ്കിലും ബ്രാഹ്മണരുടെ കാല്കഴുകാൻ മുതിർന്ന അദ്ദേഹത്തിന്റെ നിലപാടിനോട് വിയോജിപ്പായിരുന്നു.

കുടുംബജീവിതം

പ്രശസ്ത ഭാഷാകവിയായിരുന്ന പെരുന്നെല്ലിയിൽ പി കെ കേശവൻ വൈദ്യരുടെ സഹോദരി ഭഗവതിയമ്മയെ ആയിരുന്നു പല്പു തന്റെ 28 ാം വയസ്സിൽ വിവാഹം കഴിച്ചത്. 1891 ലായിരുന്നു ഇവരുടെ വിവാഹം. ഭാര്യയുടെ കുടുംബം പാരമ്പര്യവിദ്യാഭ്യാസത്തിലും സാമ്പത്തികത്തിലും സാഹിത്യകലാരംഗത്തും അറിയപ്പെടുന്നവരായിരുന്നു.

വിവാഹത്തിനുശേഷം പല്പു ഭാര്യാസമേതം ബാംഗ്ലൂരിൽ താമസമാക്കി. ചുരുങ്ങിയ നാളുകൊണ്ടുതന്നെ. ഭഗവതി കന്നട, തമിഴ് എന്നീ ഭാഷകളിൽ പ്രാവീണ്യം നേടി. അതിനുമുമ്പ് തന്നെ ഇംഗ്ലീഷ് ഭാഷ അറിയാമായിരുന്നെങ്കിലും ബാംഗ്ലൂരിൽ താമസിക്കുന്ന കാലത്താണ് അവർ ഇംഗ്ലീഷിൽ കൂടുതൽ മികവ് നേടുന്നത്.

ഡോ. പല്പുവിന്റെ സാമൂഹികപ്രവർത്തനങ്ങൾക്കൊപ്പം സഞ്ചരിക്കാൻ ഭഗവതി എക്കാലത്തും ശ്രമിച്ചിരുന്നു. ബാംഗ്ലൂരിൽ വിമൻസ് കോൺഫ്രൻസിന്റെ ശാഖ രൂപികരിക്കുന്നതിൽ നേതൃത്വപരമായ പങ്ക് വഹിച്ചത് ഭഗവതിയായിരുന്നു.

നാരായണഗുരു അടക്കമുള്ള വിശിഷ്ടവ്യക്തികളെ സ്വീകരിക്കുകയും അവരെ സൽക്കരിക്കുവാനും പല്പുവിനോടൊപ്പം അവരും ഉണ്ടായിരുന്നു. ഭർത്താവിന്റെ എല്ലാ നന്മകൾക്കുമൊപ്പം നില്ക്കുകയും അദ്ദേഹത്തിന് സ്നേഹവും പിന്തുണയും നല്കുവാനും അവർക്കു കഴിഞ്ഞിരുന്നു.

മൂന്ന് ആൺമക്കളും രണ്ട് പെൺമക്കളുമാണ് പല്പു-ഭഗവതി ദമ്പതികൾക്കുണ്ടായത്. മൂത്തമകൻ പി ഗംഗാധരൻ പഠിച്ചത് മദ്രാസ് പ്രസിഡൻസി കോളേജിലായിരുന്നു. പ്രശസ്ത പത്രപ്രവർത്തകനായ അദ്ദേഹം അവിവാഹിതനായിരുന്നു. *ഇന്ത്യൻ തിങ്കർ* എന്ന പത്രം പി ഗംഗാധരൻ

കുറെക്കാലം നടത്തിയിരുന്നു. പല്പുവിന്റെ രണ്ടാമത്തെ മകനാണ് പ്രശസ്ത ചിന്തകനും എഴുത്തുകാരനുമായ ഡോ. പി നടരാജൻ എന്ന നടരാജഗുരു. ബാംഗ്ലൂരിൽ ജനിച്ച അദ്ദേഹം ഇന്ത്യയിലും വിദേശത്തുനിന്നുമായി ഉന്നതബിരുദങ്ങൾ നേടി. ശ്രീനാരായണ ഗുരുകുലങ്ങൾ സ്ഥാപിച്ച് ഗുരുവിന്റെ ആശയങ്ങൾ അദ്ദേഹം പ്രചരിപ്പിച്ചു.

പാശ്ചാത്യ-പൗരസ്ത്യ ദർശനങ്ങളെ താരതമ്യം ചെയ്തുപഠിക്കുന്നതിനായി ഈസ്റ്റ് വെസ്റ്റ് യൂണിവേഴ്സിറ്റി ഓഫ് ബ്രഹ്മവിദ്യ എന്ന സ്ഥാപനം ആരംഭിക്കുന്നത് നടരാജഗുരുവാണ്. നിരവധി ദാർശനിക ഗ്രന്ഥങ്ങൾ എഴുതിയിട്ടുള്ള നടരാജഗുരു നാരായണഗുരുവിന്റെ ദർശനമാലയെ ആധാരമാക്കി ആൻ ഇന്റഗ്രേറ്റഡ് സയൻസ് ഓഫ് ദ അബ്സല്യൂട്ട് എന്ന ഗ്രന്ഥം ഇംഗ്ലീഷിൽ എഴുതുകയുണ്ടായി. നാരായണഗുരുവിന്റെ ജീവിതത്തിലേക്ക് വെളിച്ചം വീശുന്ന *ദ വേഡ് ഓഫ് ദ ഗുരു* എന്ന ഗ്രന്ഥവും അദ്ദേഹം രചിച്ചിട്ടുണ്ട്. നടരാജഗുരുവിന്റെ ആത്മകഥയും വളരെ പ്രശസ്തമാണ്. തന്റെ മറ്റ് മക്കളിൽനിന്ന് വ്യത്യസ്തമായി പല്പു നടരാജഗുരുവിനോട് ചില സന്ദർഭങ്ങളിൽ കർക്കശമായാണ് ഇടപെട്ടതെന്ന് കാണാം. ഇത്തരം അനുഭവങ്ങൾ പിന്നീട് തന്റെ ആത്മകഥയിൽ നടരാജഗുരു എഴുതിയിട്ടുണ്ട്.

മൂന്നാമത്തെമകൻ പി ഹരിഹരൻ ടാഗോറിന്റെ 'വിശ്വഭാരതി'യിൽ പഠിച്ച പ്രശസ്ത ചിത്രകാരനായിരുന്നു. അദ്ദേഹത്തിന്റെ ചിത്രങ്ങൾ അക്കാലത്ത് തന്നെ ശ്രദ്ധിക്കപ്പെട്ടിരുന്നു. ജപ്പാനിൽ പോയി കളിമൺപാത്രനിർമ്മാണത്തിലും കുടിൽ വ്യവസായത്തിലും പരിശീലനം നേടാൻ പോയ ഹരിഹരൻ അവിടെ വച്ച് പരിചയപ്പെട്ട സെത്തക്കോ എന്ന ജപ്പാൻകാരിയെ പ്രണയിച്ച് വിവാഹം കഴിച്ചു.

ഡോക്ടറുടെ രണ്ട് പെൺമക്കൾ ആനന്ദലക്ഷ്മിയും ദാക്ഷായണിയുമായിരുന്നു. മൂത്തമകളായ ആനന്ദലക്ഷ്മി അവിവാഹിതയായിരുന്നു. രണ്ടാമത്തെ മകളായ ദാക്ഷായണി കോളേജിൽ പഠിച്ചെങ്കിലും പഠനം പൂർത്തിയാക്കാൻ കഴിഞ്ഞില്ല. അവരുടെ ഭർത്താവ് സർക്കാർ ഉദ്യോഗസ്ഥനായ കെ എം അച്യുതനായിരുന്നു.

സാമൂഹിക പ്രവർത്തനത്തിൽ ശ്രദ്ധയൂന്നിയിരുന്ന പല്പുവിന് കുടുംബത്തെ വേണ്ടരീതിയിൽ പരിഗണിക്കാൻ കഴിഞ്ഞിരുന്നില്ല.

ആയിരത്തിത്തൊള്ളായിരത്തി ഇരുപത് നവംബറിലാണ് ഡോ. പല്പു മൈസൂർ സർവ്വീസിൽനിന്ന് റിട്ടയർ ചെയ്ത് കേരളത്തിലെത്തിയത്. ഫോർട്ട് കൊച്ചി, എറണാകുളം, ആലുവ എന്നിവിടങ്ങളിൽ കുറച്ചുകാലം താമസിച്ചെങ്കിലും പിന്നീട് തിരുവനന്തപുരത്ത് സ്ഥിരതാമസമാക്കി. ഈ സമയത്ത് തറവാട്ടുവകസ്ഥലത്ത് പല്പു സ്വന്തമായി ഒരു ഡിസ്പൻസറി തുടങ്ങി. ഇവിടെ എത്തുന്നവർക്ക് പല്പു സൗജന്യചികിത്സയാണ് നല്കിയത്. അതുകൊണ്ട് തന്നെ അധികകാലം ഈ ഡിസ്പെൻസറി മുന്നോട്ട് കൊണ്ടുപോകാൻ അദ്ദേഹത്തിന് കഴിഞ്ഞില്ല. തുടർന്ന് ഒരു റിട്ടയേഡ് ഡോക്ടർക്ക് സൗജന്യമായി ഈ സ്ഥാപനം നല്കി.

തറവാട്ടുവീട്ടിൽ താമസിക്കാൻ താല്പര്യമില്ലാത്തതിനാൽ നന്തൻകോട്ട് സ്വന്തമായി വാങ്ങിയ സ്ഥലത്ത് ചെറിയൊരു വീട് വച്ചു. മ്യൂസിയത്തിന് അഭിമുഖമായി നില്ക്കുന്ന ആ വീടിന് പാർക്ക് വ്യൂ എന്നാണ് അദ്ദേഹം പേരിട്ടത്.

ഇവിടെ താമസിക്കുമ്പോൾ കുമാരനാശാൻ ഇടയ്ക്കിടെ പല്പുവിനെ സന്ദർശിക്കുമായിരുന്നു. ആശാന്റെ നിർദ്ദേശമനുസരിച്ചാണ് വീടിന്റെ ചാർത്തുമുറി ശാരദാമഠത്തിന്റെ ആകൃതിയിൽ രൂപല്പന ചെയ്തത്. താമസിച്ച സ്ഥലങ്ങളിലെല്ലാം പൂന്തോട്ടങ്ങൾ വച്ചുപിടിക്കുക പല്പുവിന്റെ ശീലമായിരുന്നു. അങ്ങനെ നന്തൻകോട്ടുള്ള വീടിനുമുമ്പിലും അദ്ദേഹം മനോഹരമായ ഒരു ഉദ്യാനം ഉണ്ടാക്കിയിരുന്നു.

ലളിതമായ ജീവിതമാണ് അദ്ദേഹം നയിച്ചത്. ശമ്പളത്തിന്റെ പ്രധാനഭാഗം സാമൂഹ്യപ്രവർത്തനങ്ങൾക്കുവേണ്ടിയാണ് ചെലവഴിച്ചിരുന്നത്. വിശ്രമജീവിതം നയിക്കുന്ന ഘട്ടത്തിൽ വായനയിൽ മുഴുകാറുണ്ടായിരുന്നു. പ്രശസ്തമായ പല വിദേശമാഗസിനുകളും അദ്ദേഹം വരുത്തിയിരുന്നു. അദ്ദേഹമത് വായിച്ചുകഴിഞ്ഞാൽ അത് കുമാരനാശാന് കൈമാറും. *ലൈറ്റ് ഓഫ് ഏഷ്യ* എന്ന പുസ്തകമായിരുന്നു പല്പുവിന് ഏറ്റവും പ്രിയപ്പെട്ട പുസ്തകം. എല്ലാ ദിവസവും അദ്ദേഹം അത് വായിക്കുമായിരുന്നു.

ഡോ. പല്പുവിന് ആറ് സഹോദരങ്ങൾ ഉണ്ടായിരുന്നു. പി വേലായുധൻ ആയിരുന്നു മൂത്തസഹോദരൻ. തിരുവിതാംകൂറിൽ ഈഴവർക്കിടയിൽ ആദ്യമായി ബി എ പാസായത് പി വേലായുധൻ ആയിരുന്നു. നാരായണഗുരുവുമായി അടുത്ത ബന്ധം അദ്ദേഹത്തിനുണ്ടായിരുന്നു. വിവിധസ്ഥലങ്ങളിൽ ജോലി ചെയ്തിരുന്ന വേലായുധൻ ബ്രിട്ടീഷ് സർവ്വീസിൽ റവന്യൂബോർഡ് മെമ്പർസ്ഥാനംവരെ വഹിച്ചിട്ടുണ്ട്. ഔദ്യോഗികരംഗത്ത് മികച്ച സേവനം കാഴ്ചവച്ച അദ്ദേഹത്തിന് സർക്കാർ റാവുബഹാദൂർ സ്ഥാനം നല്കി ആദരിച്ചു. എഴുത്തുകാരൻ എന്ന നിലയിലും പ്രശസ്തനായ വേലായുധൻ പേട്ടയിൽ പി വേലു എന്ന തൂലികാനാമത്തിലാണ് എഴുതിയിരുന്നത്. അദ്ദേഹം നിരവധി ഇംഗ്ലീഷ് ഗ്രന്ഥങ്ങൾ മലയാളത്തിലേക്ക് പരിഭാഷപ്പെടുത്തിയിട്ടുണ്ട്.

പല്പുവിന്റെ രണ്ടാമത്തെ ജ്യേഷ്ഠനാണ് അരുവിപ്പുറം ക്ഷേത്രകാര്യങ്ങളുടെ മാനേജരായിരുന്ന പി പരമേശ്വരൻ. നാരായണഗുരുവിന്റെ ആഗ്രഹമനുസരിച്ച് അരുവിപ്പുറത്ത് സന്ന്യാസി മഠവും വിദ്യാലയവും സ്ഥാപിക്കുന്നതിനുള്ള പരിശ്രമം നടത്തിയത് അദ്ദേഹമാണ്.

മികച്ച ആയുർവ്വേദ വൈദ്യനും ദീർഘകാലം എസ് എൻ ഡി പി യോഗം പ്രസിഡന്റുമായിരുന്ന പി മാധവനായിരുന്നു പല്പുവിന്റെ തൊട്ടുതാഴെയുള്ള സഹോദരൻ. *വിവേകോദയ*ത്തിന്റെ മാനേജരായി അദ്ദേഹം പ്രവർത്തിച്ചിട്ടുണ്ട്. പി മീനാക്ഷി പല്പുവിന്റെ മൂത്തസഹോദരിയായിരുന്നു. കേരളത്തിന് പുറത്ത് ഉദ്യോഗസ്ഥനായിരുന്ന പി നാണുവൻ പല്പുവിന്റെ ഇളയസഹോദരനായിരുന്നു. അദ്ദേഹം മലബാർ ഇക്കണോമിക്

യൂണിയന്റെ മാനേജരായും പ്രവർത്തിച്ചിട്ടുണ്ട്. പി ഭവാനിയാണ് പല്പുവിന്റെ ഇളയ സഹോദരി.

പല്പുവിന്റെ ജീവിതത്തിലെ അന്ത്യനാളുകൾ ഏകാന്തതയുടേതായിരുന്നു. താൻ ജീവനും സമ്പത്തും നല്കി വളർത്തിക്കൊണ്ടുവന്ന പ്രസ്ഥാനങ്ങൾ അതിന്റെ മൗലികമായ ആദർശങ്ങളിൽനിന്ന് അകന്നുപോകുന്നത് അദ്ദേഹത്തെ വേദനിപ്പിച്ചു. നാരായണഗുരു, കുമാരനാശാൻ എന്നിവർ മരണത്താൽ വേർപെട്ട് പോയത് അദ്ദേഹത്തെ വല്ലാതെ തളർത്തിയിരുന്നു. പ്രത്യേകിച്ച് കുമാരനാശാന്റെ അകാലത്തിലുള്ള വിയോഗം. താൻ അനാഥനായതുപോലെ പല്പുവിന് തോന്നി. നാരായണഗുരുവിന്റെയും ആശാന്റെയും മരണത്തിനുശേഷം പല്പു യോഗവുമായി അകന്നു.

അവസാനകാലത്ത് മൂത്തമകൾ ആനന്ദലക്ഷ്മിയാണ് പല്പുവിനെ ശുശ്രൂഷിച്ചിരുന്നത്. തന്റെ അന്ത്യാഭിലാഷമായി ചില കാര്യങ്ങൾ അദ്ദേഹം പറഞ്ഞു: പ്രകടിപ്പിച്ചിരുന്നു. തന്റെ മൃതദേഹം ദഹിപ്പിക്കരുത്, കുഴിച്ചുമൂടുകയേ ചെയ്യാവൂ. ശവം മറവുചെയ്യുന്നിടത്ത് സ്മാരകമായി തറകെട്ടരുത്. ഒരു ചെമ്പകത്തിന്റെ തൈ കുഴിമാടത്തിൽ നടണം. ബുദ്ധക്ഷേത്രപരിസരങ്ങളിൽ ചെമ്പകം നടുന്ന പതിവുണ്ടായിരുന്നു. അദ്ദേഹത്തിന് ബുദ്ധമതത്തോടുള്ള ആഭിമുഖ്യം വെളിവാകുന്ന ഒരു സന്ദർഭമാണിത്. ജനിച്ചാൽ മരണം നിശ്ചയം. മരണത്തെയോർത്ത് ആരും കരയാൻ പാടില്ല. പൂജാദി കർമ്മങ്ങൾ ചെയ്യരുത്. ഡോ. പല്പു അതീതശക്തികളിൽ വിശ്വസിച്ചിരുന്നില്ല. മനുഷ്യരിൽ ആയിരുന്നു അദ്ദേഹത്തിന്റെ വിശ്വാസം. അന്ധവിശ്വാസങ്ങളോടും വഴിപാടുകളോടും അദ്ദേഹത്തിന് താല്പര്യമില്ലായിരുന്നു. ദൈവങ്ങൾക്ക് നല്കുന്ന വഴിപാട് പാവങ്ങൾക്ക് നല്കിയാൽ പുണ്യം കിട്ടുമെന്നാണ് അദ്ദേഹം പറഞ്ഞത്. ക്ഷേത്രത്തിനകത്ത് ബ്രാഹ്മണ ദൈവമാണ്, അവയ്ക്ക് അയിത്തമുണ്ട്. അതുകൊണ്ട് ക്ഷേത്രങ്ങളിൽ പോകേണ്ടതില്ല എന്നായിരുന്നു അദ്ദേഹത്തിന്റെ നിലപാട്. മരണം മതചടങ്ങായി മാറ്ററുതെന്ന് അദ്ദേഹം നിർദ്ദേശിച്ചിരുന്നു.

മൃതദേഹം സംസ്കരിക്കുന്നതിന് സമീപം ഒരു ടവർ സ്ഥാപിക്കണം. അതിന്റെ ശീർഷത്തിൽ വിവിധ നിറങ്ങളിലുള്ള ബൾബുകൾ ഘടിപ്പിക്കണം. അടിയിൽനിന്ന് പ്രവർത്തിപ്പിക്കാവുന്ന വിധത്തിലായിരിക്കണം അതിന്റെ നിർമ്മാണം. ബൾബുകൾ ഘടിപ്പിച്ച സ്റ്റാന്റ് കറങ്ങുമ്പോൾ വിവിധ വർണ്ണങ്ങൾ വിലയിച്ച് ഏകവർണ്ണമായി തോന്നും. അതുകാണുമ്പോൾ മനുഷ്യരുടെ ജാതി ഒന്ന് എന്ന ബോധമുദിക്കും.

പല്പുവിന്റെ ഈ അന്ത്യാഭിലാഷങ്ങളിൽ അദ്ദേഹത്തിന്റെ പുരോഗമന കാഴ്ചപ്പാടുകൾ നിറഞ്ഞുനില്ക്കുന്നു. ജാതിയും മതവും ആചാരങ്ങളും കേരളത്തെ പിന്നോട്ട് നയിച്ചുകൊണ്ടിരുന്ന ഒരു കാലഘട്ടത്തിൽ സ്വന്തം ജീവിതം തന്നെ അതിനെതിരെയുള്ള ആദർശമാക്കി മാറ്റാൻ

ഡോ. പല്പുവിന് കഴിഞ്ഞു എന്നുള്ളത് ഇന്നത്തെ തലമുറയ്ക്കും ആവേശം നല്കുന്നതാണ്.

മരിക്കുന്നതിന് ഏതാനും ദിവസം മുമ്പ് രാവിലെ കാപ്പികുടിക്കാൻ ഇരിക്കുമ്പോൾ പെട്ടെന്ന് ബോധക്ഷയം ഉണ്ടായി. അപ്പോൾ തന്നെ കുടുംബ ഡോക്ടറെ വിളിച്ച് പരിശോധിപ്പിച്ചു. ഇഞ്ചക്ഷൻ കൊടുത്ത പ്പോഴേക്കും ബോധം തെളിഞ്ഞു. എന്നാൽ വൈകുന്നേരമായപ്പോൾ അസുഖം മൂർച്ഛിച്ച് ഓർമ്മ നശിച്ചു. 1950 ജനുവരി 25 ന് ഡോ. പല്പു ഈ ലോകത്തോട് വിടപറഞ്ഞു. മരിക്കുമ്പോൾ അദ്ദേഹത്തിന് 87 വയ സ്സായിരുന്നു.

അദ്ദേഹത്തിന്റെ അന്ത്യാഭിലാഷം പോലെ തന്നെ ശവസംസ്കാര ത്തിന് മതചടങ്ങുകളൊന്നും ഉണ്ടായിരുന്നില്ല.

കേരളത്തിന്റെ നവോത്ഥാന ചരിത്രം പല്പുവിനെ മറക്കില്ല. ജാതി യുടെ നുകത്തിനുകീഴിൽ നൂറ്റാണ്ടുകളോളം കഴിയേണ്ടിവന്ന കേരളത്തി ലെ കീഴാള ജനതയ്ക്ക് ആത്മാഭിമാനവും പോരാട്ടവീര്യവും നല്കിയ നേതാവായിരുന്നു ഡോ. പല്പു. പുരോഗമന ജനാധിപത്യകേരളത്തിന്റെ വളർച്ചയിൽ മറ്റ് നവോത്ഥാന നായകന്മാരെപ്പോലെ ഡോ. പല്പുവും മുഖ്യപങ്ക് വഹിച്ചു. അദ്ദേഹത്തിന്റെ ജീവിതവും പ്രവർത്തനങ്ങളും ഭാവി യുടെ മാർഗ്ഗദർശനമായി നിലനില്ക്കും.

അനുബന്ധം 1

ഈഴവമെമ്മോറിയൽ

ശ്രീ പത്മനാഭൻ തുണ

പൊന്നുതമ്പുരാൻ തിരുമുമ്പാകെ തൃപ്പാദംകൊണ്ട് കല്പിച്ച് പരിപാലിച്ചുപോരുന്ന പ്രജകളും അഗതികളുമായ താഴെ പേരെഴുതി കൈയൊപ്പിട്ടിരിക്കുന്ന ഈഴവർ ഏറ്റവും താഴ്മയോടുകൂടി കൈക്കുറ്റപ്പാട് തിരുവുള്ളമുണർത്തിച്ചുകൊള്ളുന്ന സങ്കടം.

അടിയങ്ങൾ സംസ്ഥാനം ഒട്ടുക്കുള്ള ജനസംഖ്യയിൽ അഞ്ചിലൊന്നോളം ഉള്ളവരും പരമ്പരയായി തൃപ്പാദങ്ങളിൽ വളരെ ഭയഭക്തി വിശ്വാസങ്ങളോടുകൂടി രാജ്യനീതികളെ കീഴ്‌വഴങ്ങി കഴിച്ചുപോരുന്നവരും രാജ്യത്തിന് സമാധാനമില്ലാതിരുന്ന കാലങ്ങളിൽ പൊന്നുതമ്പുരാക്കന്മാർക്കുവേണ്ടി പ്രാണൻ കളഞ്ഞിട്ടുള്ള പഴവന്മാരുടെ സന്താനങ്ങളും ഇപ്പോഴും രാജ്യക്ഷേമകരങ്ങളായ കൃഷി, കൈത്തൊഴിൽ, കച്ചവടം മുതലായവയിൽ പരിശ്രമിച്ച് ഇതരജാതിക്കാരേക്കാളും അധികം മുതൽക്കൂട്ടുന്നവരും ആകുന്നു എന്നുള്ള വാസ്തവം അടിയങ്ങൾ തിരുവുള്ളമുണർത്തിച്ചേ തീരൂ എന്നില്ല.

എന്നാൽ ഗവൺമെന്റിൽനിന്ന് പ്രജകളുടെ ക്ഷേമത്തിനും അഭിവൃദ്ധിക്കുമായി ചെയ്തുവരുന്ന ചില സൗകര്യങ്ങളും സഹായങ്ങളും അടിയങ്ങൾക്ക് ഇന്നും സിദ്ധിക്കുന്നതിന് സംഗതി ആയിട്ടില്ല.

ഇഹപരസുഖങ്ങൾക്ക് നിദാനമായിരിക്കുന്ന വിദ്യാഭ്യാസം ജാതിഭേദം കൂടാതെ സകല പ്രജകൾക്കും ഒന്നുപോലെ സിദ്ധിക്കത്തക്കവണ്ണം തിരുവുള്ളമുണ്ടായി സംസ്ഥാനമൊട്ടുക്കും പാഠശാലകൾ സ്ഥാപിച്ച് നടത്തിവരുന്നുണ്ടെങ്കിലും അടിയങ്ങളുടെ കിടാങ്ങളെയും പഠിത്തത്തിൽ പ്രോത്സാഹിപ്പിക്കേണ്ട ഗവൺമെന്റ് ഇന്നും അവരെ മിക്ക പാഠശാലകളിലും കടക്കാൻ സമ്മതിക്കാതെ നിർദ്ദയം ആട്ടിക്കളയുകയാണ് ചെയ്തു

വരുന്നത്.

അതിനാൽ അടിയങ്ങളിൽ വിദ്യാഭ്യാസമുള്ളവർ പഠിത്തവിഷയത്തിൽ സകല സൗകര്യങ്ങളുമുള്ള ഇതര ജാതിക്കാരോട് ഒത്തുനോക്കിയാൽ വളരെ കുറയും. വിശേഷിച്ചും ഇക്കാലത്തെ പരിഷ്കാരത്തിന് അവശ്യം വേണ്ടതായ ഇംഗ്ലീഷ് പഠിത്തം ഉള്ളവർ തീരെ ചുരുക്കവുമാണ്. ഇതിന് കാരണം പഠിത്തത്തിന് സൗകര്യമില്ലായ്മ ഒന്നുമാത്രമല്ല. വിദ്യാഭ്യാസത്തിന്റെ പ്രയോജനമെന്ന് സാധാരണ ജനങ്ങൾ വിചാരിച്ചുവരുന്നതും വിദ്യാഭ്യാസത്തിൽ അവരെ പ്രത്യേകം പ്രേരിപ്പിക്കുന്നതുമായ സർക്കാർ ഉദ്യോഗങ്ങളിൽ ഒന്നിനും അടിയങ്ങൾക്ക് നിശ്ശേഷം അർഹതയില്ലെന്ന് വച്ചിരിക്കുന്നതും പ്രധാനമായ ഒരു കാരണമാണ്.

ഈ വക ജീവനങ്ങൾക്ക് വേണ്ട യോഗ്യതയുള്ളവർ അടിയങ്ങളിൽ ഇല്ലെന്നില്ല. 1891 ലെ കാനേഷുമാരി കണക്കിൻപ്രകാരം അടിയങ്ങളിൽ, പുരുഷന്മാർ തന്നെ 25000 പേരെങ്കിലും വിദ്യാഭ്യാസമുള്ളവർ ഉണ്ടായിരുന്നു. എന്നാൽ ഇവരിൽ മിക്കവരും കച്ചവടം, കുത്തക, വൈദ്യം, ജ്യോതിഷം മുതലായി സർക്കാരിനെ ആശ്രയിക്കാത്ത വല്ല പമികളിലും ഒരുവിധം മാനമായി കാലക്ഷേപം ചെയ്തുവരുന്നതും കൂടാതെ ഉയർന്ന തരം ഇംഗ്ലീഷ് വിദ്യാഭ്യാസം ലഭിച്ചിട്ടുള്ളവർ അന്യഗവൺമെന്റുകളുടെ കീഴിൽ തക്കതായ ഉദ്യോഗങ്ങൾ ഭരിച്ചും പോരുന്നുണ്ട്. എന്നിട്ടും ഇതിൽ ഒരാളെങ്കിലും പൊന്നുതിരുമേനിയുടെ ഗവൺമെന്റിന്റെ കീഴ് കുറഞ്ഞ പക്ഷം അഞ്ചുരൂപ ശമ്പളമുള്ള ഒരു ചെറിയ ജീവനത്തിൽപ്പോലും ഇരുന്ന് കാണാത്തത് എന്തുകൊണ്ടാണെന്ന് അടിയങ്ങൾക്ക് അറിയാൻ പാടില്ല.

ഗവൺമെന്റിൽ അടിയങ്ങളോളം അവകാശം ഇല്ലാത്തവരും ജാതിയിൽ അടിയങ്ങളേക്കാൾ താണവരുമായ ചിലരും ഈ നാട്ടിൽത്തന്നെ തക്കതായ ഉദ്യോഗങ്ങളിൽ ഇരിക്കുന്നതിന് പുറമെ, അടിയങ്ങളിൽ നിന്നു മാത്രമല്ല, അടിയങ്ങളേക്കാൾ തുലോം താണ് ജാതിക്കാരിൽനിന്നും മതഭ്രഷ്ടന്മാരായി തീരുകയോ, അന്യമതത്തിൽനിന്ന് ഒരു പേരുമാത്രം കൈക്കൊള്ളുകയോ ചെയ്യുന്നവർക്കും പഠിത്തത്തിനുവേണ്ട സൗകര്യങ്ങളും അനേകം ഉദ്യോഗങ്ങളും ലഭിച്ചുവരുന്നുണ്ട്.

അടിയങ്ങളുടെ സഹോദരങ്ങളായ ബ്രിട്ടീഷ്മലബാറിലെ ആ ഗവൺമെന്റിന്റെ കീഴിൽ നാട്ടുകാർക്ക് വഹിക്കത്തക്കതായ ഏതുതരം ഉയർന്ന ഉദ്യോഗങ്ങളിലും ഇരിക്കുന്നതായി അടിയങ്ങൾ കാണുന്നും ഉണ്ട്.

നാടൊട്ടുക്ക്, ദിവസംപ്രതി പരിഷ്കാരങ്ങൾ വർദ്ധിച്ചുവരുന്ന ഇക്കാലത്തും, അടിയങ്ങൾക്ക് ഈ വക കഷ്ടാവസ്ഥകളിൽനിന്ന് ഒരു നിവൃത്തിയുണ്ടാകണമെങ്കിൽ അടിയങ്ങൾ പൊന്നുതിരുമേനിയുടെ രാജ്യമായ സ്വരാജ്യത്തെയോ പൊന്നുതിരുമേനിയുടെയും മതമായ സ്വമതത്തെയോ ഉപേക്ഷിച്ചെങ്കിലല്ലാതെ പാടില്ലെന്നു വന്നിരിക്കുന്നത് എത്രമാത്രം വ്യസനകരമായ ഒരു സംഗതിയാണെന്ന് അടിയങ്ങൾക്ക് തിരുവുള്ളമുണർത്തിപ്പാതിരിക്കാൻ കഴിയുകയില്ല. അതിനാൽ ധർമ്മ തല്പരതയ്ക്കും പ്രജാ

വാത്സല്യത്തിനും ഇരിപ്പിടമായ പൊന്നുതിരുമേനിയുടെ കാരുണ്യമല്ലാതെ മറ്റൊരാശ്രയമില്ലാത്തവരും നിരപരാധികളുമായ ഈ അടിയങ്ങളെ സ്വരാജ്യത്തിലും സ്വമതത്തിലും നിന്ന് അകറ്റിക്കളയാതെ മേലാലെങ്കിലും എല്ലാ ഗവൺമെന്റ് പള്ളിക്കൂടങ്ങളിലും കടന്നു പഠിച്ചുകൊള്ളത്തക്കവണ്ണവും യോഗ്യതാനുസാരം അടിയങ്ങൾക്കും സർക്കാർ ഉദ്യോഗങ്ങൾ കിട്ടത്തക്കവണ്ണവും തിരുവുള്ളമലിഞ്ഞ് കല്പനയുണ്ടായി അടിയങ്ങളുടെ സങ്കടം തീർത്ത് രക്ഷിപ്പാറാകണമെന്ന് അടിയങ്ങൾ എത്രയും ഭയഭക്തി വിനയങ്ങളോടുകൂടി തൃപ്പാദങ്ങളിൽ വീണു പ്രാർത്ഥിച്ചുകൊള്ളുന്നു.

വാത്സല്യമുള്ള പൊന്നുതമ്പുരാൻ തിരുമുമ്പാകെ അമ്മയുടെ അടുക്കൽ കുട്ടികളെപ്പോലെ സ്വപ്രജകൾക്ക് കരയാം എന്നുള്ളതുകൊണ്ട് ധൈര്യപ്പെട്ട് അടിയങ്ങൾ തൃപ്പാദങ്ങളിൽ സമർപ്പിച്ചുകൊള്ളുന്ന ഈ സങ്കടത്തിന് തിരുവുള്ളമുണർന്ന് ഉടൻ ഒരു നിവൃത്തിയുണ്ടാക്കുമെന്ന് അടിയങ്ങൾ വിശ്വസിക്കുകയും പൊന്നുതിരുമേനി അടിയങ്ങളുടെ സകല സങ്കടങ്ങളും തീർത്തു വളരെക്കാലം ആയുരാരോഗ്യ സമ്പദ്സമൃദ്ധിയോട് കൂടി എഴുന്നള്ളിയിരുന്നു അടിയങ്ങളെ രക്ഷിപ്പാറാകണമെന്ന് ഈശ്വരനെ പ്രാർത്ഥിക്കുകയും ചെയ്യുന്നു.

അനുബന്ധം 2

ഏകമനസ്സോടെ യത്നിക്കുവിൻ

(അരുവിപ്പുറത്തുവച്ചു നടന്ന എസ് എൻ ഡി പി യോഗത്തിന്റെ പ്രഥമ വാർഷിക പൊതുയോഗത്തിൽ ഡോ. പല്പു എഴുതി വായിച്ച പ്രസംഗം)

നമ്മുടെ ഈ യോഗത്തിന്റെ ഉദ്ദേശ്യത്തെക്കുറിച്ച് എല്ലാവർക്കും ഏറക്കുറെ അറിവുള്ളതാണല്ലോ. എങ്കിലും നിങ്ങളുടെ മുമ്പാകെ ഞാൻ അതിനെ ഒന്നുകൂടി പറഞ്ഞറിയിച്ചുകൊള്ളുന്നു. ഈ കാലം ലോകത്തുള്ള എല്ലാ ജനസമുദായങ്ങളും അവരവരുടെ പ്രത്യേക അഭിവൃദ്ധി മാർഗ്ഗങ്ങളിൽ ഉത്സാഹത്തോടുകൂടി ശ്രമിച്ചുകൊണ്ടിരിക്കുന്ന കാലമാകുന്നു. അതിനെ നാം ഓർമ്മിക്കേണ്ടതാണ്. സ്വവർഗ്ഗത്തിന്റെ ഉദ്ഗതിക്കായി ശ്രമിക്കേണ്ടത് സ്ത്രീ പുരുഷന്മാരിൽ ഓരോരുത്തരുടെയും ഒഴിച്ചുകൂടാത്ത ചുമതലകളിൽ ഒന്നാണെന്നാണ് എന്റെ വിശ്വാസം. നിങ്ങൾക്കും ഇതിൽ അഭിപ്രായഭേദം ഉണ്ടായിരിക്കും എന്നു ഞാൻ വിചാരിക്കുന്നില്ല. സമുദായത്തിന്റെ അഭിവൃദ്ധിഹേതുക്കൾക്ക് ഐകമത്യം ജീവനാകുന്നു. ഇപ്പോൾത്തന്നെ അഞ്ഞൂറോളം ജനങ്ങൾ പലസ്ഥലങ്ങളിൽനിന്ന് നമ്മുടെ യോഗത്തിൽ ഏകമനസ്സോടുകൂടി ചേർന്നിരിക്കുന്നുണ്ട്. അത് നമ്മുടെ പുറപ്പാടിനും ഒരു നല്ല ശകുനമാകുന്നു. ഈ കാര്യത്തിൽ വന്ദ്യനായ നമ്മുടെ സ്വാമി അവർകളോട് എന്നെപ്പോലെതന്നെ നിങ്ങൾ ഓരോരുത്തരും കൃതജ്ഞരായിരിക്കും എന്നുള്ളതിൽ എനിക്ക് സംശയമില്ല.

ചുരുക്കത്തിൽ ഈ യോഗം മുഖേന നാം ഇനി ശ്രമിക്കേണ്ടത് സർവ്വപ്രകാരത്തിലും നമ്മുടെ ജാതിയുടെ അഭിവൃദ്ധിക്കായിട്ട് മാത്രമാണ്. നാം കേരളത്തിലെ ഏറ്റവും വലുതായ ഹിന്ദുസമുദായമാകുന്നു.

നമ്മുടെ പൂർവ്വ ചരിത്രത്തിൽ നാം ഇപ്പോൾ വിചാരിക്കപ്പെട്ടുവരുന്ന

തുപോലെ ഒരിക്കലും അത്ര താഴ്ന്ന ജാതിക്കാരായിരുന്നിട്ടില്ല. ഒരു പരിഷ്കൃത സമുദായത്തിന് പണ്ടത്തെകാലത്തുവേണ്ട മാനസികമായും ബാഹ്യമായും ഉള്ള സകല പരിഷ്കാരങ്ങളും നമുക്കുണ്ടായിരുന്നു എന്നുള്ളതിന് വളരെ തെളിവുകളുണ്ട്. *സുജനാനന്ദിനി*യിൽ എൻ കെ എ എന്നൊരാൾ എഴുതിക്കൊണ്ടിരിക്കുന്ന ഈഴവരെക്കുറിച്ചുള്ള ഒരു ഉപന്യാസത്തിൽ അവരുടെ ഉല്പത്തിയെക്കുറിച്ച് പറയുന്ന ഘട്ടത്തിൽ അനേകം വാസ്തവങ്ങളുണ്ട്. കാലക്രമേണ നശിച്ചുപോയതായി കാണുന്ന നമ്മുടെ സാമുദായികമായ ഉല്ക്കർഷത്തെ ഈ യോഗം മുഖേന നാം വീണ്ടെടുക്കേണ്ടതാണ്. ഇതിനെ എല്ലാവരും ഹൃദയത്തിൽ വച്ചിരിക്കണമെന്ന് ഞാൻ ഓരോരുത്തരോടും പ്രാർത്ഥിക്കുന്നു.

നമ്മുടെ സമുദായം ഇപ്പോൾ ക്ഷുദ്രങ്ങളായ ചില പരസ്പരവ്യത്യാസങ്ങളെയും അർത്ഥശൂന്യങ്ങളായ കക്ഷിമത്സരങ്ങളെയുംകൊണ്ട് കുഴങ്ങുകയായിരുന്നു. സമുദായത്തിന്റെ നന്മയെ സംബന്ധിച്ച ഭാഗങ്ങളിലെങ്കിലും കഴിയുന്നത്ര നാം ആ ഇടുങ്ങിയ മാർഗ്ഗങ്ങളെ വെടിയുന്നതിന് ശ്രമിക്കേണ്ട കാലം തീരെ വൈകിയിരിക്കുന്നു.

വിദ്യാഭ്യാസം കൊണ്ടല്ലാതെ ഒരു സമുദായവും സ്ഥിരമായ പരിഷ്കാര അഭിവൃദ്ധിയെ പ്രാപിക്കുന്നില്ല. നമ്മുടെ സമുദായത്തിൽ സ്ത്രീപുരുഷന്മാരിൽ പ്രാഥമിക വിദ്യാഭ്യാസമെങ്കിലും ഇല്ലാത്തവർ ഉണ്ടായിരിക്കരുത്. അതിന് നാം യോഗം മുഖേനയും അതാതു ദേശസ്ഥന്മാരും ഓരോരുത്തരും പ്രത്യേകമായും യത്നിക്കേണ്ടതാകുന്നു. ഒരു ഈഴവൻ അല്ലെങ്കിൽ ഈഴവ സ്ത്രീ എന്നുപറഞ്ഞാൽ എഴുതുവാനും വായിക്കുവാനുമെങ്കിലും അറിയാവുന്നവനെന്നോ അറിയാവുന്നവളെന്നോ അർത്ഥമായിരിക്കണം.

കൃഷി, കച്ചവടം, കൈത്തൊഴിൽ ഇവയിൽ നമ്മെപ്പോലെ നൈപുണ്യം സമ്പാദിച്ചവർ മലയാളത്തിലില്ല. ഇനി നാം അവയെ പരിഷ്കൃത സമ്പ്രദായത്തിൽ നടത്തുകയും അവയെ പ്രോത്സാഹിപ്പിക്കുകയും ചെയ്യണം. തുണിനെയ്ത്തിനെ പരിഷ്കരിക്കണം. അത് സത്രീകൾക്കും ചെയ്യാമെന്നുള്ള തൊഴിലാണ്. മറ്റുള്ള നീചങ്ങളായ കൂലിവേലകളേക്കാൾ അത് സ്ത്രീകൾക്ക് ശ്രേഷ്ഠവുമാണ്.

നമ്മുടെ നാട്ടിലും സമുദായത്തിലും ഉണ്ടാക്കുന്ന സാമാനങ്ങളെ വാങ്ങുന്നതിലും ഉപയോഗിക്കുന്നതിലും നാം അധികം മമതയെയും പ്രതിപത്തിയെയും കാണിക്കണം. ഒരു സാധാരണക്കാരനായ ഇംഗ്ലീഷ് മനുഷ്യൻ പോലും ഒരു കമ്പോളത്തിൽ ചെന്നാൽ വില സ്വല്പം അധികമായിരുന്നാലും ഇംഗ്ലണ്ടിലും ഇംഗ്ലീഷുകാരുമുണ്ടാക്കിയ സാമാനങ്ങളെത്തന്നെ അഭിമാനത്തോടുകൂടി വാങ്ങിക്കുന്നു. ഒരു ജപ്പാൻ മനുഷ്യനും ഒരു അമേരിക്കനും അപ്രകാരം തന്നെ ചെയ്യുന്നു. അതിനെ നാം പാടുള്ളിടത്തോളം അനുകരിക്കണം. നമ്മുടെ സാമാനങ്ങൾ നന്നായിരിക്കുന്നില്ലെങ്കിൽ അവയെ പുച്ഛരസത്തോടുകൂടി തള്ളാനല്ല, നന്നാക്കാനാണ് നാം ശ്രമിക്കേണ്ടത്. പ്രത്യേകിച്ച് നാം അവയെ ഒരിക്കലും വെറുക്കരുത്.

പലമാതിരി കച്ചവടമാർഗ്ഗങ്ങളിൽ നമ്മുടെ സമുദായത്തിൽ പലരും ശുഷ്കാന്തിയോടെ ശ്രമിക്കണം. ആ മാതിരി വ്യവസായങ്ങളിൽ കഴിയുന്ന സഹായങ്ങൾ ചെയ്യുന്നതും യോഗത്തിന്റെ ഉദ്ദേശ്യങ്ങളിൽ ഒന്നാണല്ലോ. അതിന് നാം പ്രബലമായും അനുഷ്ഠിക്കണം. പലമാതിരി കലാവിദ്യകളിൽ നൈപുണ്യമുള്ളവർ നമ്മുടെ സമുദായത്തിൽ ധാരാളം ഉണ്ടായിരിക്കണം. ആ മാർഗ്ഗങ്ങളിൽ ആവശ്യമുള്ളേടത്ത് യോഗം ദ്രവ്യസഹായവും ചെയ്യണം. യോഗത്തെ ആശ്രയിക്കാതെ തന്നെ ശേഷിയുള്ള കുടുംബക്കാർ ഓരോരുത്തരും അവരവരുടെ കുട്ടികളെയും പഠിപ്പിക്കുകയും പരിഷ്കരിക്കുകയും ചെയ്യണം. നമുക്ക് വേഗത്തിൽ ഇനിയും ഒരു നല്ല സമുദായമാകണം. ഈ മാതിരി നമ്മുടെ സമുദായത്തോട് അനേകം കാര്യങ്ങൾ പറയാനുണ്ട്. തല്ക്കാലം കൃത്യാന്തരത്തിന്റെ തിരക്ക് കൊണ്ട് നമ്മുടെ യോഗത്തിന്റെ ഉദ്ദേശ്യസാദ്ധ്യത്തിനായി ഓരോരുത്തരും ഏകമനസ്സോടുകൂടി കഴിയുന്നത്ര യത്നിച്ച് ഇതിനെ അഭിവൃദ്ധിയിൽ കൊണ്ടുവരേണമെന്ന് അപേക്ഷിച്ചുകൊണ്ട് വിരമിച്ചുകൊള്ളുന്നു.

(വിവേകോദയം, 1079, മേടം 31 പുസ്തകം-1 നമ്പർ -1)

അനുബന്ധം 3

ഈഴവർ കേരളത്തിൽ

(എസ് എൻ ഡി പി യോഗത്തിന്റെ രണ്ടാം വാർഷികസമ്മേളനത്തോടനുബന്ധിച്ച് (1905 ൽ) നടത്തപ്പെട്ട കാർഷിക വ്യാവസായിക പ്രദർശനം ഉദ്ഘാടനം ചെയ്ത അവസരത്തിൽ ഡോ. പല്പു ചെയ്ത പ്രസംഗം)

മാന്യരായ സദസ്യരെ

അഭിവൃദ്ധിക്കായി പരിശ്രമം ചെയ്തുകൊണ്ടിരിക്കുന്ന ഒരു കാലമാണിത്. നമ്മുടെ ചുറ്റും പല മാർഗ്ഗമായി അത്യുത്സാഹത്തോടുകൂടിയ പരിശ്രമങ്ങൾ നാം കാണുന്നുണ്ട്. സാമൂഹികമായി മതസംബന്ധമായും രാജ്യഭരണ വിഷയമായും വ്യവസായ സംബന്ധമായും ഉള്ള കാര്യങ്ങളിൽ അഭിവൃദ്ധിയെ പ്രാപിക്കുന്നതിനായി അഭിനവങ്ങളായ ഓരോ സമ്പ്രദായങ്ങളെ സ്വീകരിക്കുന്നതിൽ ഭാരതത്തിന്റെ നാനാഭാഗങ്ങളിലുള്ള ജനങ്ങൾ സന്നദ്ധമായിരിക്കുന്നു. എത്രയും പുരാതനവും പൂർവ്വാചാര സംരക്ഷണപ്രിയമുള്ളതുമായ ഈ രാജ്യത്തിൽക്കൂടിയും അഭിവൃദ്ധിക്കുള്ള അഭിനിവേശം കടന്നുകൂടിയിരിക്കുന്നു. ഇതിന്റെ ഫലമായി ജനസമുദായത്തിലുള്ള വിവിധ വർഗ്ഗക്കാരുടെ ഇടയിൽ പലപ്രകാരത്തിലുള്ള ഉത്സാഹങ്ങളെ നാം കാണുന്നുണ്ട്.

തിരുവിതാംകൂർ, കൊച്ചി, ബ്രിട്ടീഷ് മലബാർ ഈ മൂന്നു സംസ്ഥാനങ്ങളിലുമുള്ള ഈഴവർ അല്ലെങ്കിൽ തീയ്യന്മാരുടെ മതസംബന്ധമായും സാമൂഹികമായും വ്യാവസായികവുമായുള്ള അഭിവൃദ്ധിക്കുവേണ്ടി രജിസ്റ്റർ ചെയ്തിട്ടുള്ളതും ഇതേവരെ 600 അംഗങ്ങൾ ചേർന്നിട്ടുള്ളവരുമായ

ശ്രീനാരായണ ധർമ്മ പരിപാലനയോഗം കഴിഞ്ഞ രണ്ട് സംവത്സരമായി പരിശ്രമിച്ചുവരുന്നുണ്ട്. ഇന്നു രാവിലെ ഇവിടെ തുറക്കാനായി കൂടിയിരിക്കുന്ന ഈ പ്രദർശനം മേല്പറഞ്ഞ യോഗത്തിന്റെ രണ്ടാമത് സമ്മേളനത്തോടനുബന്ധിച്ച് നടത്തപ്പെടുന്നതും ഈ മാതിരിയിൽ ഒരു പ്രദർശനം കേരളത്തിൽ മാത്രമല്ല ഇന്ത്യയിൽപ്പോലും ഇദം പ്രഥമമായിട്ടുള്ളതുമാകുന്നു. തിരുവിതാംകൂർ, കൊച്ചി, ബ്രിട്ടീഷ് മലബാർ എന്നീ മൂന്നു പ്രദേശങ്ങളിലുമുള്ള ഈഴവരുടെ അല്ലെങ്കിൽ തീയ്യന്മാരുടെ വ്യവസായ സാധനങ്ങളെ ഒന്നിച്ച് ചേർത്ത് കാണിക്കുന്നതിനുള്ള ഒരു ശ്രമമാകയാൽ ഇത് ഒരു സാമുദായിക പ്രദർശനമാകുന്നു. പശ്ചിമതീരത്തിൽ അധികം വ്യവസായം നടന്നുവരുന്ന ഒരു പട്ടണമാകയാലാണ് കൊല്ലത്തു വെച്ച് ഇത് നടത്തപ്പെടുന്നത്. സംഖ്യാബലത്തിലും വ്യവസായശീലത്തിലും ഈഴവർ കേരളരാജ്യത്തിൽ ഒന്നാമതായി നില്ക്കുന്ന ഒരു ജാതിക്കാരാകയാൽ ഈ മാതിരിയിൽ ഒരു പ്രദർശനം അവരാൽ തന്നെ ആദ്യമായി നടത്തപ്പെടണമെന്നുള്ളത് സ്വാഭാവികംതന്നെയാണ്. ഈഴവരുടെ ജനസംഖ്യ തിരുവിതാംകൂറിൽ 4,91,780 ഉം കൊച്ചിയിൽ 1,85,466 ഉം ബ്രിട്ടീഷ് മലബാറിൽ 6,60602 ഉം ഉൾപ്പെടെ ആകെയുള്ള ജനസംഖ്യ 13,37,848 അല്ലെങ്കിൽ ഒട്ടുക്കുള്ള ജനസംഖ്യയിൽ 20.41 വീതം ആകുന്നു. മറ്റ് പ്രധാന സമുദായക്കാരിൽ നായന്മാരുടെ സംഖ്യ15.74 ഉം ക്രിസ്ത്യാനികളുടേത് 15.73 ഉം ബ്രാഹ്മണരുടേത് 1.45 വീതവും ആകുന്നു. അനേകം ഈഴവർ പലപ്പോഴും സകുടുംബമായിട്ടുതന്നെയും അന്യമതത്തെ അവലംബിക്കാതെ ഇരുന്നു എങ്കിൽ ഈഴവരുടെ സംഖ്യ ഇതിലും ഉപരിയായി ഇരുന്നേനേ.

ഈ സമുദായക്കാർ പരിശ്രമശീലത്തിലും മറ്റ് സമുദായക്കാരെ ജയിച്ചുനില്ക്കുന്നവരുമാകുന്നു. എന്തുകൊണ്ടെന്നാൽ ഇവരിൽ നൂറിന് അമ്പതുവീതം ആളുകൾ സാക്ഷാൽ തൊഴിലാളികൾ ആകുന്നു എന്ന് സെൻസസ് റിപ്പോർട്ട് കൊണ്ട് കാണുന്നു. എന്നാൽ നായന്മാരുടെയും ക്രിസ്ത്യാനികളുടെയും ബ്രാഹ്മണരുടെയും ഇടയിലുള്ള സാക്ഷാൽ തൊഴിലാളികളുടെ സംഖ്യ യഥാക്രമം നൂറിന് മുപ്പത്തിനാലും, മുപ്പത്തിയാറും, ഇരുപത്തിയഞ്ചും വീതമാകുന്നു. ഈ ജാതിക്കാരെ സംബന്ധിച്ച് പറയാനുള്ള വേറൊരു വിശേഷം ഈ നാട്ടിൽ നടപ്പുള്ള എല്ലാത്തരം തൊഴിലുകളിലും അവർ പ്രവേശിച്ചിരിക്കുന്നു എന്നുള്ളതാണ്. സെൻസസ് റിപ്പോർട്ടിൽ ഈ ജാതിക്കാർ പ്രവേശിച്ചിരിക്കുന്നതായി പറയപ്പെട്ടിട്ടുള്ള പ്രധാന തൊഴിലുകൾ കൃഷി, ഭക്ഷ്യപേയാദികളും ലഹരി സാധനങ്ങളും ഉണ്ടാക്കുക, വസ്ത്രങ്ങൾ നെയ്തുണ്ടാക്കുക, കച്ചവടം, സാമാനങ്ങളെ കടത്തിക്കൊണ്ടുപോവുകയും ശേഖരിക്കുകയും ചെയ്യുക, കിളയ്ക്കുകയും മറ്റു സാധാരണ ജോലികൾ ചെയ്യുകയും ചെയ്യുക ഇവ

യാകുന്നു. ഈഴവരുടെ പ്രധാനപ്പെട്ട കൃഷി നാളികേരം, നെല്ല്, കുരുമുളക്, മരച്ചീനി, വാഴ, വെറ്റില, അടയ്ക്ക, പയറ്, മുതിര മുതലായവയാകുന്നു. ഈഴവരിൽ 26.34 വീതം ആളുകൾ ഇപ്പോൾ കാർഷികവൃത്തിയിൽ ഏർപ്പെട്ടിരിക്കുന്നവരാകുന്നു. ഈ നാട്ടിലുള്ള കൃഷിഭൂമികളിൽ ഉദ്ദേശം അഞ്ചിൽ ഒരു ഭാഗത്തിന്റെ ഉടമസ്ഥന്മാർ അല്ലെങ്കിൽ കൃഷിക്കാർ ഇവരാണെന്നും പറയാവുന്നതാണ്.

കരുപ്പെട്ടി ഉണ്ടാക്കുക, കള്ളെടുക്കുക, ചാരായം വാറ്റുക, കയറുപിരിക്കുക, നെയ്യുക മുതലായ മറ്റ് പാരമ്പര്യതൊഴിലുകളും ഇപ്പോഴും മുഖ്യമായി ഈ സമുദായക്കാർ തന്നെയാണ് നടത്തി വരുന്നത്. സാമാനങ്ങളെ കടത്തിക്കൊണ്ടുപോകുന്നതിലും കച്ചവടത്തിലും ഈ ജാതിക്കാർ സാമാന്യം നല്ല ഒരു നിലയിലാണ് ഇരിക്കുന്നത്. ഈ നാട്ടിലും അന്യനാട്ടിലും ഉള്ള കാപ്പിത്തോട്ടങ്ങളിലും യന്ത്രശാലകളിലും ലോഹഖനികളിലും ഉള്ള സാധാരണ ജോലികളും ഈ ജാതിക്കാർതന്നെയാണ് അധികവും നടത്തിവരുന്നത്. ഇപ്പോൾ ഈ ജാതിക്കാരിലുള്ള അനേകം ആളുകൾ സിലോൺ, ബർമ്മ എന്നുവേണ്ട ദക്ഷിണാഫ്രിക്കയിൽകൂടിയും വേലക്കാരായും കച്ചവടക്കാരായും താമസിച്ചുവരുന്നുണ്ട്. അധികമായ ദുർവ്യവഹാരം അടിയന്തരാദികളിലുള്ള അനാവശ്യമായ അധികച്ചെലവ്, യോജിച്ചുള്ള പ്രവൃത്തിയും ഗവൺമെന്റിന്റെ സഹായവും ഇല്ലായ്ക ഈ ന്യൂനതകൾ ഇല്ലാതിരുന്നെങ്കിൽ ഈ സമുദായത്തിന്റെ പരിശ്രമസ്ഥിതി ഇതിലും ഉപരിയായിരിക്കുമായിരുന്നു. ഈ വക ന്യൂനതകൾ പരിഹരിക്കപ്പെടുവാൻ കഴിയുന്നവയാകുന്നു. ഈ സമുദായത്തിലുള്ള മാന്യന്മാർ ദോഷകരങ്ങളായ ഈ ന്യൂനതകളെ പാടുള്ളിടത്തോളം പരിഹരിക്കാൻ ശ്രമിക്കുമെന്ന് യോഗം വിശ്വസിക്കുന്നു.

വിദ്യാഭ്യാസമുള്ളവരുടെ തൊഴിലുകളായ വൈദ്യം, ജ്യോതിഷം ഇവയിലും സംസ്കൃതപഠനത്തിലും കഴിഞ്ഞകാലങ്ങളിൽ ഈഴവർ സാമാന്യം ഖ്യാതിയെ സമ്പാദിച്ചിട്ടുള്ളവരായിരുന്നു. അല്പകാലങ്ങൾക്കിപ്പുറം ഈ ജാതിക്കാർക്കുണ്ടായിരുന്ന പ്രശസ്തി, ഗവൺമെന്റിന്റെ പ്രോത്സാഹനം ഇതര സമുദായക്കാർക്ക് മാത്രം ആയിത്തീരുകയാൽ കുറഞ്ഞുവരുന്നുണ്ടെന്നുള്ളത് വ്യസനകരം തന്നെ.

ഈ സമുദായക്കാരുടെ പരിശ്രമശീലം ഹേതുവായിട്ട് അവർ ദൃഢഗാത്രന്മാരും ശക്തന്മാരുമായ ഒരു സമുദായക്കാരായിത്തീർന്നിട്ടുണ്ട്. രാജ്യങ്ങളിൽ ആഭ്യന്തരകലഹങ്ങൾ ഉണ്ടായിരുന്ന പണ്ടത്തെ കാലങ്ങളിൽ ഇവരുടെ സഹായത്തെക്കൂടി ഗവൺമെന്റ് ധാരാളമായി സ്വീകരിച്ചിട്ടുണ്ട്. 1901 ൽ എടുത്ത ഇക്കഴിഞ്ഞ സെൻസസ് റിപ്പോർട്ടിന്റെ 279-ാം പുറത്ത് ഇപ്രകാരം പ്രസ്താവിച്ചിരിക്കുന്നു.

മദ്ധ്യകാലങ്ങളിൽ തിരുവിതാംകോട്ടുണ്ടായിരുന്ന അനേകം ഇടപ്ര

ഭുക്കന്മാരുടെ സൈന്യങ്ങളിൽ നായന്മാരോടൊന്നിച്ച് ഈഴവന്മാരെയും ഭടന്മാരായി നിയമിച്ചിട്ടുണ്ടായിരുന്നു. ഈ ഇടപ്രഭുക്കന്മാരിൽ പ്രമാണി അമ്പലപ്പുഴ രാജാവായിരുന്നു. അദ്ദേഹത്തെക്കുറിച്ച് വിഷർ എഴുതിയിട്ടുള്ള ഒരു വിവരണത്തിൽ ആ രാജാവിന്റെ സൈന്യത്തിൽ നായന്മാർ അധികം ഉണ്ടായിരുന്നില്ലെന്നും അവർക്കുപകരം ചോവന്മാരാണ് ഉണ്ടായിരുന്നതെന്നും പ്രസ്താവിച്ചിരിക്കുന്നു. 973 ൽ നാടുനീങ്ങിയ രാമവർമ്മ മഹാരാജാ തിരുമനസ്സിലെ കാലത്തുകൂടിയും അദ്ദേഹത്തിന്റെ സൈന്യങ്ങളിൽ ധാരാളം ചോവന്മാരുണ്ടായിരുന്നുവെന്നും സാധാരണമായി സൂക്ഷ്മകാര്യങ്ങളെ തന്നെ പ്രസ്താവിക്കാറുള്ള ബർത്തലോമിയോ എഴുതിയിരിക്കുന്നു.

സൈനിക വൃത്തിയിൽ പ്രശസ്തി സമ്പാദിച്ചിട്ടുള്ള അനേകം ഈഴവ കുടുംബങ്ങൾ ഇപ്പോഴും തിരുവിതാംകൂറിന്റെ നാനാഭാഗങ്ങളിലും ഉണ്ട്.

സൈനികവൃത്തിയെ യോഗ്യതയോടുകൂടി നടത്തുവാൻ കഴിവുള്ള ആളുകൾ ഈ സമുദായത്തിൽ വളരെ ഉണ്ടെങ്കിലും ഇപ്പോൾ ഒരൊറ്റ ആളെപ്പോലും പ്രവേശിപ്പിച്ചുവരുന്നില്ല. ഈഴവരിൽ അനേകം പേർ സൈനികവൃത്തിയിൽ ഏർപ്പെട്ടവരായിരുന്നിട്ടും ശാന്തങ്ങളായ വ്യവസായവൃത്തികളിൽ ഏർപ്പെടുവാൻ അവരെ പ്രേരിപ്പിച്ചത് എന്തു ശക്തിയാണെന്ന് അറിയുന്നില്ല. സിവിൽ ഉദ്യോഗങ്ങളിൽ പ്രവേശിക്കാൻ വേണ്ട വിദ്യാഭ്യാസവും യോഗ്യതയും സമ്പാദിച്ചിട്ടുള്ളവരെ ഉദ്യോഗങ്ങളിൽ പ്രവേശിപ്പിക്കുന്നതുകൊണ്ടും ജനസമുദായത്തിന്റെ പരിശ്രമശീലത്തിന് ഹാനി സംഭവിക്കുന്നതല്ലെന്നും ബ്രിട്ടീഷ് മലബാറിലുള്ള തീയ്യന്മാർക്ക് പണ്ടേ തന്നെ സർക്കാർ ഉദ്യോഗങ്ങളിൽ ധാരാളം പ്രവേശനം ലഭിച്ചിട്ടും അവരുടെ ഇടയിൽ പരിശ്രമാഭിവൃദ്ധിക്ക് യാതൊരു ഹാനിയും സംഭവിച്ചിട്ടില്ലെന്നുള്ളതിൽനിന്ന് സ്പഷ്ടമാകുന്നുണ്ട്. എന്നുതന്നെയല്ല തിരുവിതാംകോട്ടും കൊച്ചിയിലും ഈ ജാതിക്കാരിൽ യോഗ്യതയുള്ള ആളുകൾക്ക് അവർക്ക് അവകാശമുള്ള ഉദ്യോഗം കൊടുക്കാതിരിക്കുന്നതുകൊണ്ട് പറയത്തക്കവണ്ണം പരിശ്രമത്തിന് കൂടുതലായ യാതൊരഭിവൃദ്ധിയും ഉണ്ടായിട്ടില്ല. കഴിഞ്ഞ സെൻസസ് റിപ്പോർട്ട് പ്രകാരം പല വ്യവസായങ്ങളിലായി കൊച്ചിയിലും തിരുവിതാംകൂറിലുമുള്ള ഈഴവരിൽ സാക്ഷാൽ തൊഴിലാളികളിൽ 50.14 വീതവും ബ്രിട്ടീഷ് മലബാറിൽ 50.09 വീതവുമാണുള്ളത്. ഈ സംഗതിയെക്കുറിച്ച് ഞാനിത്രയും പ്രസ്താവിച്ചത് ഈ രാജ്യത്തിലെ മാറിപ്പോയ ഒരു ദിവാൻജി ഈഴവരിൽ വിദ്യാഭ്യാസമുള്ളവർക്ക് സർക്കാരുദ്യോഗങ്ങളിൽ പ്രവേശനം അനുവദിക്കുന്നതുകൊണ്ട് ആ സമുദായക്കാരുടെ ഇടയിൽ വ്യവസായത്തിന് ഹാനി സംഭവിക്കുമെന്ന് വാദിച്ചിട്ടുള്ളതുകൊണ്ടാണ് ഈ സമുദായ

ക്കാർക്ക് ഇതേവരെ അനേകം ഗവൺമെന്റ് പള്ളിക്കൂടങ്ങളിൽ പ്രവേശനം അനുവദിക്കാതിരുന്നിട്ടുള്ളതുകൊണ്ടും ഈ സമുദായക്കാരുടെ വ്യവസായത്തിന് വിശേഷവിധിവർദ്ധന ഒന്നും ഉണ്ടായിട്ടില്ല. ജപ്പാൻ പോലുള്ള രാജ്യങ്ങളിൽ വിദ്യാഭ്യാസ പ്രചാരണത്തിന് തക്കവണ്ണം വ്യവസായത്തിന് അഭിവൃദ്ധി ഉണ്ടായി വരുന്നതായി നാം കാണുന്നുണ്ട്. ഈ രാജ്യത്തിൽ തന്നെയും വിദ്യാഭ്യാസം വ്യവസായത്തെ വർദ്ധിപ്പിക്കുകയേയുള്ളൂ എന്നുള്ളതിലേക്ക്, ഈ സമുദായത്തിൽ വിദ്യാഭ്യാസമുള്ളവരാൽ നടത്തപ്പെടുന്നതായ ഈ പ്രദർശനം തന്നെ ദൃഷ്ടാന്തമാണ്. തിരുവിതാംകോട്ടെയും കൊച്ചിയിലെയും ബ്രിട്ടീഷ് റസിഡന്റായിരുന്ന മിസ്റ്റർ മെക്കൻസി, അദ്ദേഹത്തിന്റെ ഒരു പ്രസംഗത്തിൽ ഈ നാട്ടിലെ വിദ്യാഭ്യാസം ചെയ്തിട്ടുള്ള ഒരു ചെറുപ്പക്കാർക്ക് കൃഷിയിലും വ്യവസായങ്ങളിലും പ്രവേശിക്കാനുള്ള വൈമനസ്യത്തെക്കുറിച്ച് സൂചിപ്പിച്ചിട്ടുണ്ട്. അദ്ദേഹത്തിന്റെ ഈ സൂചന ഈഴവരിലുള്ള ചെറുപ്പക്കാരെയുംകൂടി സംബന്ധിക്കുന്നതല്ല. നേരെമറിച്ച് ഈ സമുദായത്തിൽ വിദ്യാഭ്യാസം ചെയ്തിട്ടുള്ള അനേകം ചെറുപ്പക്കാർ വ്യവസായങ്ങളിൽ അധികമായ താല്പര്യത്തെ പ്രദർശിപ്പിച്ചുവരുന്നുണ്ടെന്നുള്ളത് തൃപ്തികരം തന്നെ. ഇന്നത്തെ പ്രദർശനസാമാനങ്ങളിൽ അധികവും അങ്ങനെയുള്ള ചെറുപ്പക്കാരാൽ കൊണ്ടുവരപ്പെട്ടിട്ടുള്ളവയാണെന്നുള്ള വസ്തുതകൊണ്ടു തന്നെ ഇത് സ്പഷ്ടമാണ്. ഈ പ്രദർശനം ആറ് ആഴ്ചവട്ടംകൊണ്ട് ഇങ്ങനെയുള്ള കാര്യങ്ങളിൽ കേവലം അപരിമിതന്മാരായ ആളുകളാൽ സാധിച്ചിട്ടുള്ളതാകുന്നു. രാജ്യത്തിന്റെ നാനാഭാഗങ്ങളിലും സഞ്ചരിച്ച് ജനങ്ങളെ ഇതിന്റെ ഉദ്ദേശ്യത്തെ ധരിപ്പിക്കുവാനും വ്യവസായ പ്രദർശനത്തിന് യോഗ്യങ്ങളായ മാതൃകാ സാധനങ്ങളെ ശേഖരിക്കാനും ഏജന്റുമാരെ ഏർപ്പെടുത്തിയിട്ടുമില്ലായിരുന്നു. എന്നുതന്നെയല്ല, നിത്യോപയോഗത്തിന് ആവശ്യമുള്ളതും നിത്യവ്യവസായത്തിൽ ഉൾപ്പെടുന്നതുമായ സാധനങ്ങളേക്കാൾ അപൂർവ്വങ്ങളും ജനങ്ങൾക്ക് കൗതുകപ്രദങ്ങളുമായ സാധനങ്ങളെ മാത്രമാണ് പ്രദർശനത്തിന് ആവശ്യപ്പെട്ടിരിക്കുന്നത് എന്നുമുള്ള തെറ്റായ ധാരണയും നിർഭാഗ്യവശാൽ പലർക്കും ഉണ്ടായിരുന്നതായി കാണുന്നു. അതുകൊണ്ട് ഈ പ്രദർശനത്തിന്റെ ഫലം വിചാരിച്ചതുപോലെ ഒന്നും ആയിട്ടില്ല. അടുത്തകൊല്ലത്തിൽ നിത്യോപയോഗത്തിൽ ആവശ്യമുള്ള സാധനങ്ങളെ ഇതിലധികം തൃപ്തികരമായ വിധത്തിൽ ശേഖരിക്കാൻ കഴിവുണ്ടാകുമെന്നും കമ്മിറ്റി വിചാരിക്കുന്നു. അതുകൊണ്ട് വരപ്പെട്ടിട്ടുള്ള പ്രദർശന സാമാനങ്ങളുടെ ഗുണവും നാനാത്വവും എത്രതന്നെ മോശമായിരുന്നാലും ഇവയിൽനിന്ന് പശ്ചിമതീരത്തിൽ പരിശ്രമശീലത്തിന് പണ്ടേതന്നെ പ്രസിദ്ധന്മാരായ ഈ സമുദായക്കാർ ഇപ്പോഴും മറ്റ് സമുദായക്കാരേക്കാൾ നല്ല സ്ഥിതിയിലാണ് ഇരിക്കുന്ന

തെന്ന് ഈ സാധനങ്ങൾ കാണിക്കുന്നുണ്ട്. പ്രദർശനസാധനങ്ങളിൽ പലതും പ്രസ്താവയോഗ്യങ്ങളായിട്ടുള്ളവയാണ്.

ഇങ്ങനെയുള്ള പ്രദർശനങ്ങൾ ഈ സമുദായത്തിന്റെ പരിശ്രമ ശീലത്തെ വർദ്ധിപ്പിക്കുമെന്ന് തന്നെയല്ല ഈ വിഷയത്തിൽ ഇവരോട് മത്സരിക്കുന്നതിന് ഇത് മറ്റ് സമുദായക്കാരെയും ഉത്സാഹിപ്പിക്കുമെന്നും അങ്ങനെ ഉണ്ടാകുന്നതായ സുഖകരമായ മത്സരം രാജ്യത്തിന്റെ പൊതുവിലുള്ള ക്ഷേമാഭിവൃദ്ധിക്ക് ഹേതുവായിത്തീരുമെന്നും കമ്മിറ്റിക്കാർ വിശ്വസിക്കുന്നു.

അനുബന്ധം 4

ബ്രിട്ടീഷ് പാർലമെന്റിൽ ഈഴവരുടെ പ്രശ്നം

(ഡോ. പി പല്പുവിന്റെ പ്രേരണയിലും പരിശ്രമത്തിലും ബ്രിട്ടീഷ് കോമൺസ് സഭയിൽ തിരുവിതാംകൂറിലെ ഈഴവരുടെ സ്ഥിതിയെക്കുറിച്ച് ചോദ്യങ്ങൾ ചോദിക്കുകയുണ്ടായി. പാർലമെന്റ് മെമ്പറന്മാരെ കണ്ടുപിടിച്ച് വേണ്ടത് ചെയ്യുന്നതിന് ജി പി പിള്ളയെയാണ് പല്പു ചുമതലപ്പെടുത്തിയത്)

കോമൺസ് സഭയിലെ ചോദ്യവും ഉത്തരവും ഹെബർട്ട് റോബർട്ട്സ്:

രാജ്യത്തിലെ മൊത്തം ജനസംഖ്യയിൽ പതിനാറ് ശതമാനം ഉള്ളവരും സംസ്ഥാനത്തിന്റെ റവന്യൂവരുമാനത്തിൽ വലിയൊരു ഭാഗം നല്കുന്നവരും ആണെങ്കിലുംകൂടി താഴ്ന്ന ജാതിക്കാരണെന്ന കാര്യം പറഞ്ഞ് തിരുവിതാംകൂർ സംസ്ഥാനത്തെ സർക്കാർസർവ്വീസിൽനിന്ന് ഈഴവർ എന്നറിയപ്പെടുന്ന വർഗ്ഗക്കാരെ ഒഴിച്ചുനിർത്തിയിരിക്കുകയാണോ? സംസ്ഥാനത്തെ ഒട്ടേറെ ഗവൺമെന്റ് സ്കൂളിൽ അവർക്ക് പ്രവേശനം നിഷേധിച്ചിട്ടുണ്ടോ? സ്വന്തം സംസ്ഥാനത്തിൽ സ്ഥാനം നിഷേധിച്ചതുകൊണ്ട് മദ്രാസ് യൂണിവേഴിസിറ്റി ബിരുദധാരികളായ ഈ വർഗ്ഗത്തിലെ രണ്ടുപേർ മദ്രാസും മൈസൂറും സർക്കാർ സർവ്വീസുകളിൽ ഈ അടുത്തകാലത്ത് ഉദ്യോഗം തേടാൻ നിർബ്ബന്ധിതരായിട്ടുണ്ടോ? തിരുവിതാംകൂറിലെ ഈ ഏർപ്പാടുകൾ അവസാനിപ്പിക്കാൻ പൊളിറ്റിക്കൽ ഏജന്റ് മുഖാന്തരം മദ്രാസ് ഗവൺമെന്റ് എന്തു നടപടികൾ എടുത്തിട്ടുണ്ട്?

ഇന്ത്യാസെക്രട്ടറി ജോർജ് ഹമിൽട്ടൺ:

ഒന്നാമത്തെ ചോദ്യത്തിന് ശരിയായ വിവരങ്ങളൊന്നും എനിക്ക് കിട്ടി

യിട്ടില്ല. രണ്ടാമത്തെ ചോദ്യത്തെ സംബന്ധിച്ചാണെങ്കിൽ, സംസ്ഥാനത്തെ മൊത്തം വിദ്യാർത്ഥികളിൽ എട്ടുശതമാനം വരുന്ന, ഈഴവ സമുദായത്തിൽപ്പെട്ട 9517 ആൺകുട്ടികളും 1863 പെൺകുട്ടികളും തിരുവിതാംകൂറിൽ ഇന്ന് വിദ്യാലയങ്ങളിൽ പോകുന്നവരായി ഉണ്ട്. പരാമർശിക്കപ്പെട്ട രണ്ട് ബിരുദധാരികളുടെ കാര്യത്തെക്കുറിച്ച് എനിക്ക് വിവരമൊന്നും ലഭിച്ചിട്ടില്ല. ഇന്ത്യൻ നാട്ടുരാജ്യങ്ങളിലെ വിദ്യാഭ്യാസം, ഉദ്യോഗദാനം തുടങ്ങിയ ആഭ്യന്തരകാര്യങ്ങളിൽ ബ്രിട്ടീഷ് ഗവൺമെന്റ് നേരിട്ട് ഇടപെടാറില്ലെന്ന് പറയേണ്ടിയിരിക്കുന്നു. ബഹുമാനപ്പെട്ട മെമ്പറുടെ ചോദ്യത്തിലേക്ക് മദ്രാസ് ഗവൺമെന്റിന്റെ ശ്രദ്ധ ക്ഷണിക്കുന്നതിൽ എതിർപ്പൊന്നും ഇല്ല.

(ജി പി പിള്ള ജന്മശതാബ്ദി സുവനീറിൽനിന്ന്, എസ് എൻ ഡി പി യോഗചരിത്രത്തിൽ ഉദ്ധരിച്ചത്- സി കെ ഗംഗാധരൻ എഴുതിയ *ഡോക്ടർ പല്പു,* എന്ന പുസ്തകത്തിൽനിന്ന്)

അനുബന്ധം 5

അവനവനെ സഹായിക്കുക

(എസ് എൻ ഡി പി യോഗത്തിന്റെ മൂന്നാം വാർഷികയോഗത്തിൽ പല്പു ചെയ്ത പ്രസംഗം)

ഈ സഭയെപ്പറ്റിയും പൊതുവിൽ ഈ യോഗത്തെ സംബന്ധിച്ചും രണ്ട് വാക്ക് പറയുവാൻ എന്നോട് ആവശ്യപ്പെട്ടിരിക്കുന്നു. തിരുവിതാംകൂർ, കൊച്ചി ബ്രിട്ടീഷ് മലബാർ എന്നിവിടങ്ങളിലുള്ള തീയ്യരെന്നോ ഈഴവരെന്നോ പറയപ്പെടുന്ന ജാതിയുടെ വിദ്യാഭ്യാസസംബന്ധമായും സാമുദായിക സംബന്ധമായും വ്യവസായ സംബന്ധമായും ഉള്ള അഭിവൃദ്ധിക്കായി യത്നിക്കുന്ന രജിസ്റ്റർ ചെയ്തിട്ടുള്ള ശ്രീനാരായണ ധർമ്മപരിപാലന യോഗത്തിന്റെ സംരക്ഷണയിൻകീഴിലാണല്ലോ നാം ഇവിടെ കൂടിയിരിക്കുന്നത്. ഈ യോഗത്തിന്റെ എല്ലാ അംഗങ്ങളും വിദ്യാഭ്യാസം ചെയ്യപ്പെട്ടവരും സന്മാർഗ്ഗികളും പരാശ്രയം കൂടാതെ ഉപജീവനം കഴിക്കാൻ പ്രാപ്തിയുള്ളവരും നമ്മുടെ സമുദായത്തിന്റെയും രാജ്യത്തിന്റെയും ഗുണത്തിന് ഉപയോഗപ്പെടത്തക്ക പൗരന്മാരും ആയിരിക്കുമെന്നാണ് ഈ യോഗം ആഗ്രഹിക്കുന്നത്. എന്നാൽ ഈ ഉദ്ദേശം ശ്ലാഘനീയമാണെങ്കിലും ശ്രമസാദ്ധ്യമാണ്. എന്തെന്നാൽ ഈ സമുദായം ഒരു ചെറിയസമുദായമോ ഏതെങ്കിലും ഒരു ചെറിയ ദേശത്തുമാത്രം താമസിക്കുന്നവരോ അല്ലല്ലോ. ഈഴവർ അല്ലെങ്കിൽ തീയ്യർ പതിനാലു ലക്ഷം ജനങ്ങൾ ഉള്ളതും സംഖ്യകൊണ്ട് കേരള നിവാസികളുടെ ഇടയിൽ അധിതീയന്മാരും ആകുന്നു. അവർ ഈ രാജ്യത്തിൽ പലദിക്കിൽ പലവിധ സമ്പ്രദായത്തിൽ വ്യാപരിച്ചിരിക്കുകയാണ്. അതുകൊണ്ട് അവരുടെ അഭ്യുദയത്തിനുവേണ്ടി യത്നിക്കുന്ന ഒരു ഏർപ്പാട് എല്ലാ ദിക്കിലും വ്യാപിപ്പിക്കത്തക്കവിധം വലിയതും സ്ഥിരവുമായ അസ്തിവാരത്തിന്മേൽ പ്രതിഷ്ഠിക്കപ്പെട്ടതുമായിരിക്കണം. ശ്രീനാരായണ ധർമ്മ പരിപാലന

യോഗം ഇപ്പോഴും ശൈശവാവസ്ഥയിലാണ്. ഇത് അതിന്റെ മൂന്നാമത്തെ വാർഷികയോഗമാണ്. ഈ ഏർപ്പാട് ഉദ്യോഗസാദ്ധ്യത്തിന് കേവലം മതിയായതല്ല. ഇപ്പോൾ 760 അംഗങ്ങൾ മാത്രമേ ഉള്ളൂ. ഈ യോഗം അതിന്റെ ചെറിയ വയസ്സിനിടയിൽ പലദിക്കിലും തദ്ദേശയോഗങ്ങൾ ഏർപ്പെടുത്തുകയും ഈ സമുദായത്തിലെയും വിദ്യാഭ്യാസ സൗകര്യത്തിൽ പിന്നോക്കം നില്ക്കുന്ന ഇതരജാതിയിലെയും കുട്ടികളുടെ ആവശ്യത്തിലേക്ക് വിദ്യാശാലകൾ ഏർപ്പെടുത്തുകയോ ഏർപ്പെടുത്താൻ സഹായിക്കുകയോ ചെയ്യുകയും ചില ദിക്കിൽ മതസംബന്ധമായ ആരാധനാക്രമ പരിഷ്കാരങ്ങൾ ഉണ്ടാക്കുകയും ചില ഇടങ്ങളിൽ അത്യാവശ്യമായ സാമൂഹിക പരിഷ്കാരങ്ങൾ വരുത്തുകയും ചെയ്തിട്ടുണ്ട്.

കഴിഞ്ഞ ആണ്ടിൽ കൊല്ലത്തുവച്ചുനടന്ന രണ്ടാമത്തെ വാർഷിക യോഗം സംബന്ധിച്ചുണ്ടായിരുന്ന വ്യവസായ പ്രദർശനവും സാഹിത്യ പരീക്ഷയും ഈ സമുദായത്തിന് ആ വഴിക്കുള്ള ശ്രമത്തിൽ ഉത്സാഹം വർദ്ധിപ്പിച്ചിട്ടുണ്ട്. എന്നാൽ ഈ യോഗത്തിന്റെ മുഖ്യമായ യത്നം സമുദായത്തിന്റെ തല്ക്കാലാവസ്ഥയും ആവശ്യവും കണ്ടറിഞ്ഞ് ജനങ്ങളുടെ ഇടയിൽ സ്വയം സഹായാകാംക്ഷ ജനിപ്പിച്ച് രാജ്യമെങ്ങും ബഹുവിധ പേരിലും സമ്പ്രദായത്തിലും വ്യാപിച്ചുകിടക്കുന്നവരെ ക്രമേണ യോജിപ്പിക്കുകയാകുന്നു. ഈ മാർഗ്ഗത്തിലേക്കുള്ള ശ്രമം വെറുതെയായിട്ടില്ല. ഈ സമുദായത്തിന്റെ സ്ഥിതിയും ഈ വിധം പരിശ്രമം സാധിപ്പിക്കാനുള്ള അദ്ധ്വാനവും ആലോചിച്ചാൽ ഈ കാര്യത്തിന് ഇതുവരെ ചെയ്ത ശ്രമം വെറും ആരംഭമോ, ഒരുക്കങ്ങളോ മാത്രമേ ആകുന്നുള്ളൂ. ശരിയായ പ്രവൃത്തി പലതും ഇനിയും ചെയ്യാനിരിക്കുന്നു. ഈ സമുദായത്തിലെ എല്ലാ ആളുകളെയും പ്രാഥമിക വിദ്യാഭ്യാസം ചെയ്യിക്കാനും വ്യവസായ സംബന്ധമായും മറ്റും ഇപ്പോൾ ഉള്ളതിനേക്കാൾ വളരെ അധികമായി ഉയർന്ന വിദ്യാഭ്യാസം വർദ്ധിപ്പിക്കാനും ശരീരാസ്വാസ്ഥ്യം ഉള്ളവർ ഒഴികെ സകലരും ചുരുങ്ങിയതും തങ്ങളുടെ ഉപജീവനത്തിന് വേണ്ടുന്നത് സമ്പാദിക്കാൻ തക്ക മാർഗ്ഗങ്ങളിൽ ഏർപ്പെടുവാനും ദേഹാദ്ധ്വാനംകൊണ്ട് ഉപജീവിക്കുന്നവരുടെ സംഖ്യ ഇപ്പോൾ നൂറ്റിന് അമ്പത് കണ്ടുള്ളത് അധികമായി വർദ്ധിക്കാനും മതസംബന്ധമായ ആവശ്യത്തിന് വേണ്ടത് സർവ്വദിക്കിലും തൃപ്തികരമാംവണ്ണം വേണ്ടവിധത്തിൽ ചെയ്‌വാനും ആവശ്യമായ സമുദായ പരിഷ്കാരം കുഴപ്പത്തിന് ഇടവരുത്താത്തവിധത്തിൽ അപ്പഴപ്പോൾ നിവൃത്തിക്കാനും യോഗം ആഗ്രഹിക്കുന്നുണ്ട്. ഇതിലേക്ക് ആവശ്യമായ ദ്രവ്യസംഖ്യയും അദ്ധ്വാനവും ഏറ്റവും വലുതാണെങ്കിലും അതിന്റെ ഭയങ്കരത്വം യോഗാംഗങ്ങളെ ഭയപ്പെടുത്തുകയില്ലെന്ന് ആശംസിക്കുകയും അവരും യഥാക്രമം പ്രവർത്തിക്കുന്നതായാൽ ഈ പ്രവൃത്തി എളുപ്പമായിത്തീരുന്നതാണെന്ന് പറഞ്ഞുകൊള്ളുകയും ചെയ്യുന്നു.

ഓരോ പ്രത്യേക അംഗം, അതാത് ചെയ്യാവുന്നത് മനസ്സിലാക്കി, ഒന്നാമത് തന്റെ സ്വന്തം അഭിവൃദ്ധിക്ക് പിന്നീട് തന്റെ സംബന്ധികളു

ടെയും ആശ്രിതന്മാരുടെയും അഭിവൃദ്ധിക്കും ആവശ്യമായത് പ്രവർത്തിക്കുന്നതായാൽ ഈ ഉദ്ദേശ്യങ്ങൾ അധികം പ്രയാസം കൂടാതെ സാധിക്കുന്നതാണ്. അംഗങ്ങളുടെ സംഖ്യ വർദ്ധിപ്പിക്കുന്നതനുസരിച്ച് യോഗം കൊണ്ടുള്ള ഗുണവും വർദ്ധിക്കുന്നതാകുന്നു. പ്രാഥമിക വിദ്യാഭ്യാസം സർവ്വസാധാരണമാക്കണമെങ്കിൽ അത് എളുപ്പത്തിൽ ലഭിക്കത്തക്ക വിധത്തിൽ നിർബ്ബന്ധമാക്കിയും അർഹിക്കുന്ന ദിക്കിലൊക്കെ പ്രതിഫലം കൂടാതെയും ലഭിക്കത്തക്കവണ്ണം വ്യവസ്ഥ ചെയ്യേണ്ടതാകുന്നു. ഇതിന്റെയും വ്യവസായ സംബന്ധമായ ഉയർന്നതരം വിദ്യാഭ്യാസത്തിന്റെയും ആവശ്യത്തിനായി വളരെ പണം ശേഖരിക്കേണ്ടിവരുന്നതാണ്. യോഗത്തിന്റെ വരവ് ഈ ആവശ്യത്തിന് കേവലം മതിയാവാത്തതാണെങ്കിലും അധികം പ്രായസം കൂടാതെ പല മാർഗ്ഗമായി അതിന്റെ ധനാഗമമാർഗ്ഗം വർദ്ധിപ്പിക്കാവുന്നതാണ്.

സ്വജനങ്ങളുടെ ഇടയിൽ ഉണ്ടാകുന്ന വ്യവഹാരങ്ങൾ കോടതികളിൽനിന്ന് തീർച്ചയാക്കുവാൻ ഇടയാക്കുന്നതിന് പകരം യോഗത്തിലെ യോഗ്യന്മാരായ അംഗങ്ങളെ തിരഞ്ഞെടുത്ത് ഏർപ്പെടുത്തുന്ന പഞ്ചായത്തുമുഖാന്തരം തീർച്ചപ്പെടുത്തുന്നതായാൽ അത് സംബന്ധമായ ചെലവുകൾ ധാരാളം ചുരുക്കാവുന്നതാകുന്നു. വിവാഹസംബന്ധമായും മറ്റുമുള്ള കാര്യങ്ങളിലേക്ക് ചെയ്യുന്ന വലുതായ വ്യയങ്ങളും കുറയ്ക്കാവുന്നതാകുന്നു. വ്യവസായ സംബന്ധമായ ധനശേഖരം ചിട്ടികൾ അല്ലെങ്കിൽ കുറികൾ മുതലായ മാർഗ്ഗങ്ങൾ വഴിയോ, ധനസഹായസമാജങ്ങൾ എന്നു പറയപ്പെടാവുന്ന കോ-ഓപ്പറേറ്റീവ് ക്രെഡിറ്റ് സൊസൈറ്റി ഏർപ്പെടുത്തിയോ മറ്റ് വഴിയായോ വർദ്ധിപ്പിക്കേണ്ടതാകുന്നു. ഈ ധനസഹായസമാജം എങ്ങനെയാണ് നടത്തപ്പെടുന്നതെന്ന് സാധാരണയായി അറിഞ്ഞിരിക്കാൻ ഇടയില്ല. അത് വളരെ എളുപ്പമാകുന്നു. ഞാൻ ബിലാത്തിയിൽ ഉള്ളപ്പോൾ വളരെ ഭംഗിയായി നടത്തപ്പെടുന്ന ധനസഹായസമാജത്തെപ്പറ്റി മുഴുവൻ വിവരം അറിയാൻ സംഗതിയായിരുന്നു. ആ ഏർപ്പാട് വെറും ഒരു റൊട്ടിക്കടയായിരുന്നു. അവിടെനിന്നും ഒരു പെനി വിലയ്ക്കുള്ള റൊട്ടി വാങ്ങുന്നവരൊക്കെ ഒരു പെനി ഓഹരിക്കാരായി തീരുന്നതാണ്. റൊട്ടിവിറ്റുണ്ടാകുന്ന പണത്തിൽ ചെലവുകഴിച്ചുള്ള ആദായം ഓഹരിക്കാരുടെ നിലയിൽ റൊട്ടിവാങ്ങുന്നവർക്ക് അതാത് വർഷത്തിൽ വാങ്ങുകയോ അല്ലെങ്കിൽ ആ ഏർപ്പാടിൽത്തന്നെ ഓഹരിക്കാരായി ചേർക്കുകയോ ചെയ്യാവുന്നതാണ്. ഇങ്ങനെ ഏർപ്പാടിന്റെ ഓഹരിയും ധനശേഖരവും വർദ്ധിച്ചുതുടങ്ങി. ഇങ്ങനെ ധനശേഖരവും വർദ്ധിപ്പിച്ച് വേണ്ടുന്നത് പ്രവർത്തിക്കേണ്ടുന്നതിനുള്ള ചട്ടങ്ങൾ ക്ലിപ്തമായി മുൻകൂട്ടി തീർച്ചപ്പെടുത്തുകയും അവയെപ്പറ്റിയുള്ള സർവ്വകാര്യങ്ങളും നല്ലവണ്ണം അറിഞ്ഞിരിക്കയും വേണ്ടതാകുന്നു. ഇങ്ങനെ അന്യോന്യസഹായരീതിയിൽ ചെയ്യപ്പെടുന്ന വിദ്യാഭ്യാസം പ്രത്യേകമായി വ്യവസ്ഥിതീകരിക്കുകയും സാധാരണ വ്യവസായ സംബന്ധമായ വിദ്യാഭ്യാസവും മറ്റും ചെയ്യുന്നതോടുകൂടിത്തന്നെ ചെയ്യുകയും വേണ്ടതാകുന്നു.

ഈവിധമുള്ള ഏർപ്പാടുകൾ ഈ യോഗവും അതിന്റെ സഹതാപികളും മാത്രമമല്ല, ഈ വിധമുള്ള മറ്റ് എല്ലാ യോഗങ്ങളും ഉണ്ടാക്കാൻ യത്നിക്കേണ്ടതാണെന്ന് ഞാൻ അഭിപ്രായപ്പെടുന്നു.

ഈ വിധമുള്ള ഒരുവലിയ സമുദായത്തിന്റെ അഭിവൃദ്ധിക്കായി ചെയ്യുന്ന യത്നത്തിന്റെ മാർഗ്ഗത്തിൽ ഉണ്ടാവാൻ ഇടയുള്ള അനേകം ബുദ്ധിമുട്ടുകൾ ഞാൻ അറിയാതെയില്ല. എന്നാൽ ഈ ബുദ്ധിമുട്ടുകളൊക്കെ ധൈര്യസമേതം നേരിടേണ്ടതും പ്രവൃത്തിയിൽ ഉണ്ടാകുന്ന തെറ്റുകളും കുറവുകളും അപ്പോഴപ്പോൾ ശരിപ്പെടുത്തുകയോ വിസ്മരിക്കുകയോ ചെയ്ത് ഏർപ്പാടിന്റെ പരമോദ്ദേശ്യം ഒരിക്കലും വിടാതെ നിവൃത്തിക്കേണ്ടതുമാകുന്നു.

ഇതരസമുദായങ്ങൾ ഈ ശ്രമങ്ങളെ തടയുന്നതിനായി പലവിധത്തിലും ശ്രമിക്കുന്നതായി ആവലാതികൾ ഉള്ളതായി ഞാൻ കേട്ടിട്ടുണ്ട്. എന്നാൽ ഇത് പരമാർത്ഥമായിരിക്കാൻ പാടില്ല. എന്തെന്നാൽ നിങ്ങൾ മറ്റുള്ളവർക്ക് തടസ്സം ചെയ്യുന്നില്ലല്ലോ. മറ്റ് സമുദായത്തിലെ ചില പ്രത്യേക അംഗങ്ങൾ തെറ്റിദ്ധരിച്ച് തടസ്സം ചെയ്യുന്നുണ്ടായിരിക്കാം. ഇങ്ങനെയുള്ള അവിവേകികളും ദുരാലോചനക്കാരും എല്ലാ സമുദായത്തിലും ഉണ്ടായിരിക്കുന്നതാണ്. അങ്ങനെയുള്ളവരുടെ ദോഷം അവരുടെ സമുദായത്തിന് മുഴുവൻ ആരോപിക്കാൻ പാടില്ലാത്തതാകുന്നു. ഇങ്ങനെയുള്ള എതിർപ്പുകൾ ഉണ്ടെങ്കിൽത്തന്നെ അതുകൊണ്ടും ഗുണമുണ്ട്. എല്ലാ ഏർപ്പാടുകളുടെയും ജയത്തിന് എതിർപ്പ് ആവശ്യമാകുന്നു. നിങ്ങളുടെ സ്വയം സഹായത്തിനും അഭിവൃദ്ധിക്കുംവേണ്ടി നിങ്ങൾ ചെയ്യുന്ന ന്യായമായ പരിശ്രമങ്ങൾ എല്ലാ ന്യായതല്പരന്മാരും അവർ ഏതു സമുദായത്തിലുള്ളവരായാലും കൊള്ളാം അനുതപിക്കുന്നവരുണ്ടെന്ന് ഞാൻ തീർച്ചയായും പറയാം. അങ്ങനെയുള്ള വിശാല ഹൃദയന്മാരും പരിഷ്കാര തല്പരരും രാജ്യത്ത് ദുർല്ലഭമല്ല. അതുകൊണ്ട് ഈ ഏർപ്പാടുകൊണ്ട് ഉദ്ദേശിച്ച ഫലം സിദ്ധിക്കുന്നില്ലെങ്കിൽ അത് സമുദായാംഗങ്ങളുടെ കുറവാകുന്നു. അതിനാൽ നിങ്ങളുടെ പ്രവൃത്തിയിൽ ഫലമുണ്ടാവണമെന്ന് നിശ്ചിതബുദ്ധിയോടുകൂടി ദൈവത്തെ മുൻനിർത്തി പ്രാർത്ഥിക്കണമെന്ന് നിങ്ങളോട് അഭ്യർത്ഥിക്കുന്നു.

അവരെ സാഹായിക്കാൻ ശേഷിയുള്ളവരെ ദൈവവും സഹായിക്കുമെന്ന് ഉറപ്പിച്ചുകൊൾവിൻ.

(വേലായുധൻ പണിക്കശ്ശേരി എഴുതിയ *ഡോ. പല്പു* എന്ന പുസ്തകത്തിൽനിന്ന്)

അനുബന്ധം 6

ബാല്യകാല സ്മരണകൾ

(നടരാജഗുരുവിന്റെ ആത്മകഥയിൽ അദ്ദേഹത്തിന്റെ കുട്ടിക്കാലവും പിതാവായ പല്പുവിനെക്കുറിച്ചുള്ള ഓർമ്മകളും പ്രതിപാദിക്കുന്ന ഭാഗം)

എന്റെ ജന്മദിനം തുടങ്ങി 1898 വരെയുള്ള മൂന്നുസംവത്സരക്കാലം എനിക്ക് എന്റെ ജീവിതത്തെപ്പറ്റി ഒരു ഓർമ്മയുമില്ല. എനിക്ക് ഒരു പിതാവുണ്ടെന്ന് ഞാൻ കേട്ടു. സത്യമെന്നും വിശ്വസിച്ചു. അദ്ദേഹം ഇംഗ്ലണ്ടിൽ പോയിരിക്കുകയാണെന്നും അതിനുമുമ്പ് മൈസൂർ ഗവൺമെന്റിന്റെ മെഡിക്കൽ വകുപ്പിൽ ഉദ്യോഗമായിരുന്നെന്നും, മാനസികരോഗാശുപത്രിയോട് അനുബന്ധിച്ചുള്ള അദ്ദേഹത്തിന്റെ ക്വാർട്ടേഴ്സിലാണ് എന്നെ പ്രസവിച്ചതെന്നും ഞാൻ അറിഞ്ഞിരുന്നു. ബോംബെ, മൈസൂർ തുടങ്ങിയ പ്രദേശങ്ങളിൽനിന്ന് പരസഹസ്രം ജീവൻ അപഹരിച്ചുകൊണ്ട് പോയ പ്ലേഗ് മഹാമാരി പ്രമാണിച്ച് യോഗ്യതയുള്ള ഡോക്ടറന്മാർ ആവശ്യമായി വന്നതിനാലും സ്വജീവിതം പണയം വച്ച് ആ മഹാമാരിയുടെ മദ്ധ്യത്തിൽ ചുറ്റിനും നൂറുകണക്കിന് ആളുകൾ ചത്തുവീണുകൊണ്ടിരിക്കുമ്പോൾ സ്വന്തം ജീവന്റെ അപായത്തെ ഗണിക്കാതെ ധീരമായി സേവനം ചെയ്തിരുന്നതിനാലും അദ്ദേഹത്തെ ഉഷ്ണമേഖലയിലെ രോഗങ്ങൾക്ക് പൊതുവായും ബാക്ടീരിയോളജിക്ക് പ്രത്യേകിച്ചുമുള്ള ഉപരിപഠനത്തിന് തെരഞ്ഞെടുത്തയച്ചതായിരുന്നു. അദ്ദേഹം കേംബ്രിഡ്ജിലും പാരീസിലെ പാസ്ചർ ഇൻസ്റ്റിറ്റ്യൂട്ടിലും ലീലിയിലും റോമിലുമായി രണ്ട് സംവത്സരംകൊണ്ട് പഠനം പൂർത്തിയാക്കി മടങ്ങിയെത്തുമ്പോഴും പ്ലേഗ് ബാധ ശമിച്ചിട്ടുണ്ടായിരുന്നില്ല. അസാധാരണമാംവിധം അത് മനുഷ്യജീവൻ കവർന്നെടുത്തുകൊണ്ടിരുന്നു. ഒരു ഇംഗ്ലീഷുകാരൻ ഡോക്ടർ പ്ലേഗിന് കുത്തിവയ്പ് നടത്തിക്കൊണ്ടിരിക്കുന്നതിനിടയിൽ മരിച്ചുവീണു.

ഒരു ധീരയോദ്ധാവായിരുന്നു അദ്ദേഹം. യുദ്ധകാലത്തെയല്ല സമാധാന കാലത്തെ. എനിക്ക് ഒന്നും വിവരമാകാതിരുന്ന അക്കാലത്ത് ഞാൻ ജിവിച്ചിരിക്കുകയായിരുന്നു എന്ന് സമ്മതിച്ചേതീരൂ.

അന്ന് ഞാൻ തിരുവനന്തപുരത്തേക്ക് പോയി തീർച്ച. അവിടെ അറബിക്കടൽ പാദപ്രക്ഷാളനം ചെയ്യുന്ന മണൽത്തിട്ടകൾക്കിടയ്ക്കായി നെൽവയലുകളെയും തെങ്ങിൻ തോപ്പുകളെയും സമുദ്രതീരത്തിൽനിന്ന് വേർതിരിച്ച് നിർത്തുന്നൊരു കരയോരത്ത് വിനീതമായൊരു ഗൃഹമുണ്ട്. അതിൽ എനിക്ക് ജന്മമേകിയ കൃശഗാത്രിയും സുകുമാരിയുമായ യുവതി അവരുടെ മാതാപിതാക്കളും നാലു സഹോദരങ്ങളുമൊത്ത് പാർത്തിരുന്നു. ആ മക്കളിൽ രണ്ടാമത്തേതാണ് ഈ തരുണി. അവർക്ക് അവരുടെ ജ്യേഷ്ഠസഹോദരനോടൊത്തു തികഞ്ഞ സംസ്കൃത വിദ്യാഭ്യാസം ലഭിച്ചിരുന്നു. ആ സഹോദരൻ പില്ക്കാലത്ത് ഒരു കവിയും നാടകകൃത്തും എന്ന നിലയിൽ പ്രശസ്തനായി. അദ്ദേഹം സ്വന്തം നാടകങ്ങളിൽ അഭിനയിക്കുകകൂടി ചെയ്തിരുന്നു. അദ്ദേഹം അകാല ചരമം പ്രാപിച്ചു. ആ വൃത്താന്തം ബാംഗ്ലൂരിലറിഞ്ഞത് എനിക്ക് ഓർമ്മവയ്ക്കാതിരുന്ന കുട്ടിക്കാലത്താണ്. അങ്ങനെ സന്താപമഗ്നമായ ഒരു ഗൃഹത്തിലാണ് ഞാൻ എത്തിച്ചേർന്നത്. അന്ന് എന്റെ പിതാവ് വിദേശത്തായിരുന്നു. എന്റെ മനസ്ഥിതി കായസ്ഥിതിക്ക് ഉപരി എത്തിത്തുടങ്ങിയിട്ടേയുള്ളൂ. ഞാൻനിവർന്ന് നേരെ നോക്കുവാൻ തുടങ്ങിയെന്നുപറയാം. അവിടെയാകട്ടെ ഞാൻ പോത്തിൻ പറ്റങ്ങളെ കണ്ടു. തോട്ടിലും ചതുപ്പുനിലങ്ങളിലും നീന്തിപ്പുളയ്ക്കുന്ന താറാക്കൂട്ടം, വയൽ വരമ്പേ ഓലക്കുടയും പിടിച്ചുകൊണ്ടുപോകുന്ന വഴിപോക്കരുടെ കാല്പെരുമാറ്റം കേട്ട് ഞെട്ടിക്കിതച്ചുപറന്നുപോകുന്ന കൊറ്റികുലം, തലക്കുളത്തിൽ നിന്നും പാടത്തേക്ക് വെള്ളം പായിക്കാൻ കീറിയ തോടുകളിൽ നിറഞ്ഞൊഴുകുന്ന ശുദ്ധജലം, ഡെക്കാണിലെ എന്റെ ജനനസ്ഥലത്തേക്കാളും ജലാംശം നിറഞ്ഞ ചൂടേറിയ അന്തരീക്ഷത്തിലെ പൊയ്കകളിൽ വിരിഞ്ഞലയുന്ന ആമ്പലുകൾ ഇതെല്ലാം ചേർന്നതായിരുന്നു എന്റെ ബാല്യകാലലോകത്തിന്റെ ചിത്രം.

............കുടുംബഗൃഹത്തിൽ അന്ന് ധാരാളം അതിഥികൾ വന്നുകൊണ്ടിരുന്നു. അസാധാരണ വസ്തുക്കൾ, ചിത്രങ്ങൾ, സമ്മാനസാധനങ്ങൾ പലതും വിക്ടോറിയാ രാജ്ഞിയുടെ ഇംഗ്ലണ്ടിൽനിന്നും മറ്റ് പാശ്ചാത്യ രാജ്യങ്ങളിൽനിന്നും കൊണ്ടുവന്നത് കാണാനാണ് ഇവരെല്ലാം വന്നത്. കണ്ട സാധനങ്ങളെ എല്ലാം ചൊല്ലി ഒരു ഭൂതിയിളക്കമുണ്ടായി. എല്ലാം മുമ്പ് കണ്ടിട്ടില്ലാത്തവ. വിശ്വസിക്കാൻ പറ്റാത്തവ. ഉച്ചിപൊങ്ങിയ തൊപ്പികൾ, കുഞ്ഞുങ്ങൾക്കുള്ള കൈയുറകൾ, ദൂരദർശിനിക്കണ്ണാടികൾ, ഏഫേൽ ഗോപുരം, വത്തിക്കാൻ നഗരം തുടങ്ങിയവയുടെ തുടർചിത്രങ്ങൾ, വെനീസിലെ സെന്റ് മാർക്ക് സ്ക്വയറിലും റോമിലെ വത്തിക്കാനിലും പ്രാവുകൾക്ക് തീറ്റ വാരിവിതറുന്ന ചിത്രങ്ങൾ (അവ പോലും ഒഴിവാക്കിയിരുന്നില്ല) പാർലമെന്റ് മന്ദിരത്തിന്റെ ചിത്രം എന്നുവേണ്ട

പലതരത്തിലുള്ള നാണയങ്ങൾ തുടങ്ങി വിവിധതരക്കാർക്ക് നല്കാനുള്ള പലതരം സമ്മാനങ്ങൾ. അതിലുൾപ്പെട്ടിരുന്നു. വെള്ളിയും പൊന്നും കൊണ്ടുള്ള നാണയങ്ങൾ ഒരു പേടകം കണ്ടപ്പോൾ എനിക്ക് പ്രത്യേകമായ കൗതുകം തോന്നി. ഞാൻ അത് പൊളിച്ചുനോക്കി. അകത്തുനിറയെ ചോക്കലേറ്റ് മിഠായിയായിരുന്നു. അതിൽ ചിലതെടുത്ത് സ്ത്രീകൾ വായിലിട്ട് ഉടനെ തന്നെ തുപ്പിക്കളഞ്ഞു. നനഞ്ഞ തവിടിന്റെ ചുവയാണിതിനെന്നാണവർ പറഞ്ഞത്. പൊതുവെ ഉണ്ടായ ഭൂതി ഇളക്കം ശമിക്കാൻ അധികസമയം വേണ്ടിവന്നു. ഇതിനിടയ്ക്ക് എന്റെ രോമത്തൊപ്പി കാണാതായി. ചിത്രങ്ങളുള്ള എന്റെ വർണ്ണക്കൈലേസ് ജനാലയിൽ കാഴ്ചയ്ക്കായ് വിരിച്ചിരുന്നത് തലേരാത്രി വേലക്കാരികളിലാരോ വിളക്കുതിരിക്ക് ചീന്തിയെടുത്തിരിക്കുന്നതായി കണ്ടു.

(നടരാജഗുരുവിന്റെ ആത്മകഥ, വിവർത്തനം മംഗലാനന്ദസ്വാമി)

അനുബന്ധം 7

പല്പുവിന്റെ ദർശനം
സഹോദരൻ അയ്യപ്പൻ

(സഹോദരന്റെ പദ്യകൃതികളിൽ കഥാകാണ്ഡത്തിലാണ് ഈ കവിത ചേർത്തിട്ടുള്ളത്)

ധ്യാനസ്ഥനായമലനാകിയ പല്പുതന്റെ
ഗേഹത്തിലെ വിജനമാം മലർവാടിയിങ്കൽ
സായന്തനത്തിലൊരുനാൾ മരുവു, ന്നുദിച്ച
രാകേന്ദു നിന്നു തടവുന്നു ചരാചരത്തെ.

തൂവെണ്ണിലാവൊളി നിറഞ്ഞധികം തെളിഞ്ഞ
പൂവാടിയിൽ പുതിയതായൊരു കാന്തയപ്പോൾ
വീഴുന്നകണ്ടതിനു ഹേതു തിരഞ്ഞു പല്പു
ദ്ധ്യാനം വെടിഞ്ഞു കരണങ്ങളുണർന്നിരുന്നു.

വെള്ളാമ്പൽപോൽ വെളുവെളുത്തൊരു ദിവ്യരൂപൻ
വന്നാശു പല്പുവിനുനേരെയിറങ്ങിടുന്നു
കണ്ടാദരത്തോടെഴുനേറ്റഥ പല്പു, തന്റെ
വന്ദ്യാതിഥിക്കു പരിചര്യകൾ ചെയ്യുവാനായ്.

മിണ്ടാതിരുന്നതിഥി പുല്ത്തറയിൽ, കരത്തി-
ലുണ്ടായിരുന്ന കനകോജ്ജ്വലമായ വസ്തു
രണ്ടായ് മലർത്തിയതു നോക്കുകയായി, പല്പു
എന്താണതെന്നറിവതിന്നകമേ കൊതിച്ചു.

തേജസ്സു ചൂഴ്ന്ന മുഖപത്മമുയർത്തി ദിവ്യൻ

നേരിട്ടു പല്പുവിനെയൊന്നു തറച്ചുനോക്കി
" ഈശന്റെ സേവകജനങ്ങടെ പേർ കുറിക്കു-
ന്നീ ബുക്കിൽ ഞാനറിക" എന്നു പറഞ്ഞു മന്ദം.

"മർത്ത്യന്റെ സേവ കഴിയുംപടി ചെയ്തിടുന്ന
നിസ്സാരനാകുമിവനേയവിടത്തെ ബുക്കിൽ
ചേർത്തീടണം ദയവുചെയ്തു ഭവാ, നതിന്നു
പ്രാർത്ഥിപ്പു ഞാൻ വിരവിൽ" എന്നു പറഞ്ഞു പല്പു.

എന്തോ കുറിച്ചുടനെ മാഞ്ഞു മഹേശദാസൻ,
സംതൃപ്തനായ് ഗൃഹമണഞ്ഞിതു പല്പുതാനും;
കുഞ്ഞുങ്ങളൊത്തു സഹധർമ്മിണി വച്ച ചോറും
ഉണ്ടന്നുറങ്ങി പരിപാവനചാരുതര്യൻ.

വൃന്ദാരകൻ കനകപുസ്തകമോടടുത്ത
സന്ധ്യയ്ക്കുമെത്തിയതു മെല്ലെ മലർത്തിയപ്പോൾ
ഈശൻ കനിഞ്ഞവരിലൊക്കെയുമഗ്ര്യനായി-
ക്കാണായി പല്പുവിനു തന്നുടെ നാമധേയം!

അനുബന്ധം 8

പ്രത്യുദ്ഗമ ഗാനം
മുല്ലൂർ എസ് പത്മനാഭ പണിക്കർ

(എസ് എൻ ഡി പി യോഗത്തിന്റെ 26 ാം വാർഷികത്തിന് സി വി കുഞ്ഞിരാമന്റെ ആവശ്യപ്രകാരം രചിച്ച കവിത. സമ്പാദകൻ: ഇലവും തിട്ട പി കൃഷ്ണൻ വൈദ്യൻ)

സിംഹളീയയുവാക്കളേ,
സിംഹപരാക്രമന്മാരേ,
സംഹതിയേസ്സഞ്ചയിച്ച
സഹോദരരേ.

രംഹസ്സേദം സമുദായ-
പ്രവാഹത്തികച്ചിൽ കണ്ടു
ബംഹീയസ്സാം ചാരിതാർത്ഥ്യം
നിങ്ങൾക്കുണ്ടല്ലോ-

അന്ധകാരാവൃതമായ
സിംഹളീയനഭസ്സിങ്കൽ
ബന്ധുരശ്രീയോടുദിച്ച
തിങ്കളായിട്ടും,

എൽ. എം. എസ്സാം പരീക്ഷയിൽ
പാസായിട്ടും സ്വരാജ്യത്തിൽ
തെല്ലും സ്ഥാനമെന്യേ
ഭഗ്നവാഞ്ഛനായിട്ടും,

അസ്മൽ സമുദായമാകും
അമരാവതിയിൽ കണ്ടൊ-
രശ്വിദേവന്മാരിലൊരു
വീരനായിട്ടും,

ധർമ്മരാജ്യത്തിന്റെ ഭാഗ്യ-
ദോഷംകൊണ്ടു ജന്മഭൂമി
നിർമ്മമത്വം വിട്ടൊരേക
ത്യാഗിയായിട്ടും,

കാലും കൈയും വച്ച മഹാ
ഭാഗ്യമായി മറുനാട്ടിൽ
കൂലംകഷം വിളങ്ങിയ
പൂജ്യനായിട്ടും,

പാശ്ചാത്യപരീക്ഷയിങ്കൽ
ബിരുദം സാധിച്ചു വന്ന
പ്രാജ്യഭാഗ്യനിധിയായ
ഡാക്ടരായിട്ടും,

മഹിശുരപുരത്തിന്നും
ബറോഡനാട്ടിനും കൂടി
മഹിമയേ വിതരിച്ച
വീരനായിട്ടും,

എസ്. എൻ. ഡി. പി. യോഗത്തിന്റെ
നിർമ്മാതാവായിട്ടും പിന്നെ
ശാശ്വദാലോകനം ചെയ്യും
ത്രാതാവായിട്ടും,

സമന്തതസ്സമുദായം
പ്രണമിക്കുമഭിനവ
സമന്തഭദ്രന്റെ ധർമ്മ
ദൂതനായിട്ടും,

ഡാക്ടർ പല്പുവെന്ന പുരു-
ഷക്ഷരിമന്ത്രത്താൽ നമ്മേ-
യൊക്കെപ്പരിശുദ്ധരാക്കു-
മൃഷിയായിട്ടും,
നിഷ്കളങ്കമായ ദയ-

ശീലംകൊണ്ടു വിശ്രുതനാം
ശാക്യസിംഹസ്വാമിയുടെ
ശിഷ്യനായിട്ടും,

നാമൊക്കെസ്സദാപി കേട്ടും
മാനിച്ചും വരുന്ന പുണ്യ-
ധാമത്തിനെക്കണ്ണുകൊണ്ടു
നേരെ കാണുവിൻ.

ഷഷ്ടവിംശമായീടുമീ
വാർഷികയോഗത്തിൽ ജനാ-
കൃഷ്ടനായിട്ടഗ്രപീഠ-
മങ്കരിപ്പാൻ

പുഷ്ടപുണ്യനഭിയാനം
ചെയ്തിടുന്നു നമ്മളുടെ
ദിഷ്ടബലം മൂർത്തിമത്തായ്
വരുന്നപോലെ.

ഇക്കർനസാക്ഷിതൻ നേർക്കു
നിങ്ങളുടെ കരാബ്ജങ്ങൾ
കഗ്മളിതതങ്ങളാകുന്ന-
താശ്ചര്യമത്രേ.

വൃദ്ധഹര്യക്ഷനെപ്പോലെ
വിളങ്ങുമീ വീര്യവാനെ
ശ്രദ്ധാഭക്തിപൂർവ്വം നമ്മൾ
പ്രത്യുദ്ഗമിപ്പൂ.

(സി കെ ഗംഗാധരൻ എഴുതിയ *ഡോക്ടർ പല്പു* എന്ന പുസ്തകത്തിൽനിന്ന്)

ഗ്രന്ഥസൂചി

1 *ഡോ. പല്പു,* ടി കെ മാധവൻ, സിത്താരബുക്സ് കായംകുളം -2008

2 *ഡോ. പല്പുവിന്റെ കഥ,* ഡോ. പി വിനയചന്ദ്രൻ, കറന്റ് ബുക്സ് കോട്ടയം-2005

3 *ഡോ. പി പല്പു ധർമ്മബോധത്തിൽ ജീവിച്ച കർമ്മയോഗി,* എം കെസാനു, ഗ്രീൻ ബുക്സ്, തൃശ്ശൂർ-2013

4 *ഡോ. പല്പു,* വേലായുധൻ പണിക്കശ്ശേരി, കറന്റ് ബുക്സ് കോട്ടയം -2009

5 *ഡോക്ടർ പല്പു,* സി കെ ഗംഗാധരൻ, സൈൻ ബുക്സ്, തിരുവനന്തപുരം,-2007

6 *നാരായണഗുരുസ്വാമി,* പ്രൊഫ. എം കെ സാനു, എസ് പി സി എസ് കോട്ടയം-2001

7 *കേരളനവോത്ഥാനം ഒരു മാർക്സിസ്റ്റ് വീക്ഷണം,* പി ഗോവിന്ദപ്പിള്ള, ചിന്ത പബ്ലിഷേഴ്സ്, തിരുവനന്തപുരം-2013

8 *കേരളാനവോത്ഥാനം മതാചാര്യർ മതനിഷേധികൾ,* പി ഗോവിന്ദപ്പിള്ള, ചിന്ത പബ്ലിഷേഴ്സ്-2011

9 *കേരള നവോത്ഥാനം യുഗസന്തതികൾ,* യുഗശില്പികൾ, പി ഗോവിന്ദപ്പിള്ള, ചിന്ത പബ്ലിഷേഴ്സ് തിരുവനന്തപുരം-2010

10 *പല്പുമുതൽ മുണ്ടശ്ശേരിവരെ,* സി ആർ കേശവൻ വൈദ്യർ, ഡി സി ബുക്സ്, കോട്ടയം-1995

11 *ചരിത്രം സൃഷ്ടിച്ചവരുടെ ഹൃദയരേഖകൾ, ഒന്നാം ഭാഗം,* ടി കെ കൃഷ്ണകുമാർ ഗായത്രി പബ്ലിക്കേഷൻ കോട്ടയം-2006

12 *ശ്രീനാരായണധർമ്മപരിപാലനയോഗചരിത്രം,* കൊട്ടാരക്കര ബി

സുധർമ്മ, ഹരിതം ബുക്സ് കോഴിക്കോട്-2010
13 *സരസകവി മൂലൂർ എസ് പത്മനാഭപണിക്കർ,* പ്രൊഫ. എം സത്യ പ്രകാശം, സാംസ്കാരിക പ്രസിദ്ധീകരണവകുപ്പ്-1998
14 *നടരാജഗുരുവിന്റെ ആത്മകഥ,* ഭാഗം-1, ഭാഗം-2 പരി. മംഗലാനന്ദ സ്വാമി, നാരായണഗുരുകുലം വർക്കല-1976
15 *കുമാരനാശാൻ കവിതയും ജീവിതവും,* രാജേഷ് ചിറപ്പാട്, ചിന്ത പബ്ലിഷേഴ്സ് തിരുവനന്തപുരം-2012
16 *ജാതിവ്യവസ്ഥയും കേരള ചരിത്രവും,* പി കെ ബാലകൃഷ്ണൻ, എസ് പി സി എസ് കോട്ടയം-1983
17 *തിരുവിതാംകോട്ടെ ഈഴവർ,* ഡോ. പി പല്പു. സമ്പാ. എൻ കെ ദാമോദരൻ 1988
18 *ആശാന്റെ ഡയറികളിലൂടെ,* കെ പ്രഭാകരൻ 1988
19 *എസ് എൻ ഡി പി യോഗചരിത്രം,* പ്രൊഫ പി എസ് വേലായുധൻ 1978
20 *എസ് എൻ ഡി പി യോഗത്തിലെ അദ്ധ്യക്ഷപ്രസംഗങ്ങൾ,* സമ്പാ. എൻ കെ ദാമോദരൻ 1982
21 *കുമാരനാശാൻ,* കെ സുരേന്ദ്രൻ 1958
22 *കുമാരനാശാൻ,* എം കെ കുമാരൻ, കെ ശ്രീനിവാസൻ 1985
23 *കുമാരനാശാന്റെ മുഖപ്രസംഗങ്ങൾ,* സമ്പാ. ജി പ്രിയദർശൻ 1981
24 *ഗുരുപ്രസാദം,* ഡോ. ചന്ദ്രിക ശങ്കരനാരായണൻ 1994
25 *ജീവിതസമരം,* സി കേശവൻ 1968
26 *ടി കെ മാധവന്റെ ജീവിത ചരിത്രം,* പി കെ മാധവൻ 1936
27 *ദേശാഭിമാനി,* ടി കെ മാധവൻ, എം കെ പവിത്രൻ 1986
28 *നാരായണഗുരു (സമാഹാര ഗ്രന്ഥം)* പി കെ ബാലകൃഷ്ണൻ 1954
29 *ബ്രഹ്മശ്രീ നാരായണഗുരുവിന്റെ ജീവചരിത്രസംഗ്രഹം,* എൻ കുമാരനാശാൻ 1978
30 *മഹാകവി കുമാരനാശാൻ,* സി ഒ കേശവൻ 1958
31 *വിവേകാനന്ദസാഹിത്യസർവ്വസം* മൂന്നാം ഭാഗം 1980
32 *ശ്രീനാരായണഗുരു (സ്മരണകൾ)* പഴമ്പള്ളി അച്യുതൻ
33 *ശ്രീനാരായണ യുഗപ്രഭാവം,* എഡി. എം കെ കുമാരൻ, ഡോ. ടി ഭാസ്കരൻ 1978
34 *ശ്രീനാരായണഗുരു വിശ്വമാനവികതയുടെ പ്രവാചകൻ,* പി കെ ബാലകൃഷ്ണൻ 1992
35 *സി വി കുഞ്ഞിരാമന്റെ തിരഞ്ഞെടുത്ത കൃതികൾ,* സമ്പാ. പുതുപ്പള്ളിരാഘവൻ 1971
36 *സി കൃഷ്ണൻ,* കെ ആർ അച്യുതൻ 1971
37 *സ്വതന്ത്രസമുദായം,* ഇ മാധവൻ 1934
38 *കുമാരനാശാൻ,* കെ അശോകൻ, കേരള ഹിസ്റ്ററി അസോസിയേഷൻ കൊച്ചി

39 *സഹോദരൻ അയ്യപ്പൻ,* എം കെ സാനു
40 *മൃത്യുഞ്ജയം കാവ്യജീവിതം,* എം കെ സാനു
41 *ഈഴവരുടെ ഇതിഹാസം,* കെ ദാമോദരൻ ബി എ
42 *മഹച്ചരിതമാല,* എൻ കെ ദാമോദരന്
43 *സഹോദരൻ അയ്യപ്പൻ,* സി കെ ഗംഹാധരൻ
44 *ശ്രീനാരായണഗുരുവും ശിഷ്യന്മാരും,* കോട്ടുകോയിക്കൽ വേലായുധൻ
45 *കേരള ചികിത്സാ ചരിത്രം,* ഡോ. പി വിനയചന്ദ്രൻ 2001
46 *കേരളസാഹിത്യചരിത്രം* (ഒന്ന്, രണ്ട് വോള്യം) ഉള്ളൂർ
47 *കേരള ഭാഷാസാഹിത്യചരിത്രം,* ആർ നാരായണപ്പണിക്കർ
48 *കാവ്യകല കുമാരനാശാനിലൂടെ,* പി കെ ബാലകൃഷ്ണൻ
49 *മലയാള സാഹിത്യചരിത്രം,* പി കെ പരമേശ്വരൻ നായർ
50 *കേരളചരിത്രം,* എ ശ്രീധരമേനോൻ
51 *കേരളചരിത്രം,* ഡോ. എം ആർ രാഘവവാര്യർ, ഡോ. രാജൻഗുരുക്കൾ
52 *കേരളത്തിന്റെ രാഷ്ട്രീയചരിത്രം,* എ ശ്രീധരമേനോൻ
53 *നാരായണഗുരു,* എൻ വി പി ഉണിത്തിരി
54 *Asan and Social Revolution in Kerala,* T K Ravendran 1972
55 *Dictionary of National Biography* (vol-3) 1974
56 *P Palppu* N Viswanathan 1981
57 *Social and Religious Reform Movements in the Nineteenth and Twentieth Centuries*, ed.S P Sen 1979.

9 789386 637949

Printed by Libri Plureos GmbH in Hamburg, Germany